A
TAMIL POETICAL ANTHOLOGY,
WITH GRAMMATICAL NOTES AND A VOCABULARY.

A
TAMIL POETICAL ANTHOLOGY,
WITH GRAMMATICAL NOTES AND A VOCABULARY.

G. U. POPE

GYAN

Published by

GYAN

Gyan Publishing House
5, Ansari Road
Daryaganj, New Delhi-110002
Phone: 011-47034999, 9811692060
E-mail: books@gyanbooks.com

Distribution Network
gyanbooks.com
India, USA, Canada, UK, Australia, France

ISBN : 978-81-212-4085-7 (PB)
First Published, 1859

2nd Impression 2020

Printed at: Gyan Press, Delhi.

A
Tamil Poetical Anthology,
with Grammatical Notes and A Vocabulary.
Author: G. U. Pope

A

TAMIL POETICAL ANTHOLOGY,

WITH GRAMMATICAL NOTES AND A VOCABULARY.

தமிழ்ச்செய்யுட் கலம்பகம்.

இஃது

மகா. ா. ா. துரைத்தனத்தாராலே ஆதரிக்கப்பட்ட
பள்ளிக்கூடங்களில் படிக்கிறவர்கள் எளிதில் தமிழ் இலக்கியத்தைக்
கற்றறியும் பொருட்டாக

ஜீ. யூ. போப்பையராற்

செய்யப்பட்டது.

"பல சொல்லக் காமுறுவர், மன்ற, மாசற்ற
சில சொல்ல றேற்றாதவர்."

இரண்டாம்பதித்தல்.

MADRAS:
PRINTED AND PUBLISHED BY P. R. HUNT.
Sold at the American Mission Press.
1859.

NOTICE.

[SECOND EDITION.]

It has not been thought necessary to adopt any particular arrangement in the following verses.

All are from really good authors.

The references are adapted to either the II^D or III^D Grammars.

The vocabulary at the end contains every word in the verses, except a few very common ones.

By comparing this vocabulary with that appended to the III^D Grammar, much information may be gained, in many cases.

The author is strongly opposed to the ordinary method of studying Tamil poetry, with the aid of verbal commentaries; and this compilation is an attempt to introduce a better system.

To those who have studied the Tamil Hand-Book, this work is recommended as a fitting introduction to the higher dialect of Tamil.

Nothing like the moral verses of the Tamil poets are to be found in the cognate languages of South India. They are the result of Budhistic influences. The authors of most of them were Jains.

In regard to Tiruvaḷḷuvar when it is remembered that, according to credible tradition, he lived in St. Thomé, about the time when the first Armenian merchants settled there; that he was unfettered by caste; and that his chief friend was Êlêla-singan, a sea-captain, it will not seem improbable that he was indebted to intercourse with the strangers for the ideas of many of his verses.

G. U. POPE.

Ootacamund, 1859.

செய்யுள் அகராதி.

செய்யுள் அகராதி.

செய்யுள் அகராதி.

செய்யுள் அகராதி.

செய்யுள் அகராதி.

செய்யுள் அகராதி.

செய்யுள் அகராதி.

செய்யுள் அகராதி.

செய்யுள் அகராதி.

செய்யுள் அகராதி.

செய்யுள் அகராதி.

செய்யுள் அகராதி.

செய்யுள் அகராதி.

செய்யுள் அகராதி முற்றும்.

POPE'S

TAMIL POETICAL ANTHOLOGY.

தமிழ்ச் செய்யுட் கலம்பகம்.

[கெடுதல் விகாரம் வந்த சொல்லுக்கு எல்லாம் (,) இம் மூலைக்குறிப்பு மேலே இருப்பதுகாண்க.—ஒவ்வொரு பாட்டின் அடியிலே துரைத்தனத்தார் ஸ்தாபித்த கல்விச்சாலைகளில் வழங்கிவருகிற தமிழ் இலக்கண வினாவிடையை மாணாக்கர் ஒத்துப் பார்க்கிறதற்கு உதவியாக அந்தந்தக் காரியங்களைப் பற்றின குறிப்புகள் சேர்க்கப்பட்டன.]

I. பாடம்.

ADORATION OF GOD.

கடவுள் வணக்கம்.

[கடவுளின் உண்மை.]

God the first in all worlds, as A in all alphabets.

1. அகர' முதல எழுத் தெ'ல்லாம்; ஆதி
பகவன் முதற்றே உலகு.

[எழுவாய்: எழுத்தெல்லாம், உலகு. (இ. வி. 128.) பயனிலை: முதல, முதற்று. (வி. 129.) ஏ எ–து தேற்றேகாரம். (வி. 111.) முதல, முதற்று என்பன குறிப்பு வினைகள். (வி. 93.) இது குறள் வெண்பா. (வி. 187.)]

[அறிவின் பயன்.]

Learning of no value to the indevout.

2. கற்றதனால் ஆய பயன் என் கொல், வால்அறிவன்
நற்றாள் தொழாஅர் எனின்?

[எழு: பயன். பயனி: என்? கற்றதனால் எ-து பகுபதம். கல் எ-து பகுதி. ற் எ-து இடை நிலை. து எ-து விகுதி. அன் எ-து சாரியை. ஆல் எ-து வேற்றுமையின்உருபு. (வி. 95. 123.) ஆய = ஆகிய, உண்டாகிய: இடைக்குறை. (வி. 41. 87.) எனின். (வி. 86.) கொல் எ-து அசைநிலை. (வி. 116.) அறிவன். (வி. 93.) நற்றாள். (வி. 38.) தாதொழா அர். (வி. 37. 14.)]

[மறுமை வாழ்வு இன்னாருக்கு உண்டு.]

They who worship God shall flourish immortally.

3. மலர் மிசை ஏகினான் மாண் அடி சேர்ந்தார்
நில மிசை நீடு வாழ் வார்.

[எழு: சேர்ந்தார். பயனி: வாழ்வார். மலர் போலும் நெஞ்சை மலர் எ-து உவமை ஆகு பெயர். (வி. 162.) ஏகினான் எ-து விரைவு பற்றி நிகழ்காலம் மயங்கிவந்த போன காலம். (வி. 147.) ஏகினான் = ஏகினவனுடைய. (வி. 152. 95.) சேர்ந்தார். (வி. 95.) மிசை. (வி. 63.) அடி. (வி. 152.) நீடு எ-து வினையுரிச்சொல். (வி. 120.)]

[துன்பம் நீங்கும் வகை.]

No sorrows to those who worship the Passionless.

4. வேண்டுதல் வேண்டாமை இலான்அடி சேர்ந்தார்க்கு
யாண்டும் இடும்பை இல.

[எழு: இடும்பை. பயனி: இல. சேர்ந்தார்க்கியாண்டும். (வி. 24.) வேண்டுதல் வேண்டாமை. (வி. 156. 94.) இலான் = இல்லாதவருடைய: தொகுத்தல் விகாரம். (வி. 41. 125.)]

[மனக்கவலை நீங்கும் வகை.]

No relief for mental anguish save to those who worship the Incomparable.

5. தனக்குவமை இல்லாதான் றாள் சேர்ந்தார்க் கல்லால்
மனக் கவலை மாற்றல் அரிது.

[எழு: மாற்றல். பயனி: அரிது. தனக்குவமை (வி. 74. 108. 27. 24.) இல்லாதான். (வி. 91. 95. 152.) இல்லாதான் றாள். (வி. 38.) அல்லான். (வி. 36.) அரிது எ-து இல்லை என்னும் பொருளில் வந்தது.]

[கடவுளை வணங்காதவர்.]

Reft of all sense is the head that bows not before Him Whose attributes are eightfold.

6. கோளில் பொறியிற் குணம் இலவே, எண் குணத்தான்
றாளை வணங்காத் தலை.

[எழு: தலை(கள்). பயனி: இல. கோளில் = கோள் இல்லாத. (வி. 153.) பொறியின் = பொறியைப் போல. (வி. 61.) எண் (வி. 159.) குணத்தான் எ-து பெயர்ப்பகுபதம். (வி. 123.) வணங்கா = வணங்காத. (வி. 91.)]

II. பாடம்.

LEARNING.

கல்வி.

[கல்வித் திருத்தம்.]

Learn on till difficulties vanish! Act up to what you have learned!

7. கற்க கசடறக் கற்பவை; கற்ற பின்
நிற்க அதற்குத் தக.

[எழு: ஒருவன். (தொகை.) பயனி: கற்க, நிற்க. (வி. 85.) அற. (வி. 140.) கற்பவை. (வி. 95.) அதற்கு. (வி. 71. 35.) தக. (வி. 120.)]

[கல்வியின் அருமை.]

Arithmetic and Grammar are two eyes.

8. எண்ணென்ப, ஏனை எழுத்தென்ப, இவ்விரண்டுங்,
கண்ணென்ப வாழும் உயிர்க்கு.

[எழு: அறிந்தோர். (தொகை.) பயனி: என்ப. (வி. 83.) இவ்விரண்டும். (வி. 152. 113.) கணிதநூல்களும் இலக்கணநூல்களும் மனிதர்களுக்குக் கண்கள் ஆகும்.]

[கற்றோருடைய மேன்மை; அல்லோருடைய இழிவு.]

The learned have eyes; others have but two wounds in the face.

9. கண்ணுடையர் என்பவர் கற்றோர்; முகத்திரண்டு
புண்ணுடையர் கல்லா தவர்.

[எழு: கற்றோர், கல்லாதவர். பயனி: கண்ணுடையர், புண்ணுடையர். என்பவர் = என்றுசொல்லப்படுவோர். முகத்து, (வி. 66. 152.) = முகத்தினிடத்தில்.]

[கற்றோருடைய உயர்வு.]

Joy in the advent of the learned. They are remembered after they depart.

10. உவப்பத் தலைக்கூடி, உள்ளப் பிரிதல்
அனைத்தே புலவர் தொழில்.

[எழு: தொழில். பயனி: அனைத்து. உவப்ப = மகிழும்படி. (வி. 86. 140.) உள்ள = நினைக்கும்படி. அனைத்து = அத்தன்மையையுடையதாம். (வி. 93.)]

[கல்வியின் விர்த்தி.]

As the well yields water the deeper it is dug, so learning.

11. தொட்டனைத் தூறு' மணற்கேணி; மாந்தர்க்குக்
கற்றனைத் தூறும் அறிவு.

[எழு: கேணி, அறிவு. பயனி: ஊறும். தொட்டனைத்து = தோண்டிய அளவினதாக. அதுபோல். (தொகை. வி. 155.) கற்றனைத்து = கற்ற அளவினதாக. தொட்ட அனைத்து, கற்ற அனைத்து என்பவை செய்யுள் விகாரத்தினால் தொட்டனைத்து, கற்றனைத்து என வந்தன. (வி. 41.)]

[கல்விமானுக்கு எவ்விடமுந் தன்னிடம்.]

The learned at home every where.

12. யாதானு' நாடாம்ஆல், ஊர்ஆம்ஆல், என்னொருவன்
சாந் துணையுங் கல்லாத வாறு?

[எழு: ஒருவன். பயனி: என். யாதானும் = யாதாயினும். ஆல், அசைநிலை. (வி. 116.) சாம் = சாகும். (வி. 87.)]

[கல்வியே பெருமை தரும்.]

Learning is indestructible wealth.

13. கேடில் விழுச் செல்வங் கல்வி; ஒருவற்கு
மாடல்ல மற்றை யவை.

[எழு: கல்வி, மற்றையவை. பயனி: செல்வம், அல்ல. கேடில் = கேடில்லாத. (வி. 153.)]

III. பாடம்.

LEARNING.

கல்வி.

[படியாதவர் ஓர்அறிவுயிரினுங் கடையர்.]

The blockhead is like a tree.

14. கவை ஆகிக் கொம்பாகிக் காட்டகத்தே நிற்கும்
அவை எல்லாம் அல்ல மரங்கள்;
சவை நடுவே
நீட்டோலை வாசியா நின்றான், குறிப்பறிய
மாட்டா தவனே மரம்.

[எழு: அவை, மாட்டாதவன். பயனி: அல்ல, மரம். காட்டகத்தே. (வி. 63. 68.) நீட்டோலை. (வி. 153.) நின்றான் = நின்று. வாசியா = வாசியாமல். (வி. 90.) மாட்டாதவன். (வி. 125.)]

[கல்வியில்லாதவரின் செருக்கு.]

The Turkey-cock strutting about like the peacock, is like the ignorant learning poetry.

15. கான மயில் ஆடக் கண்டிருந்த வான்கோழி
தானும் அதுவாகப் பாவித்துத்
தானுந் தன்
பொல்லாச் சிறகை விரித் தாடினாற் போலுமே
கல்லாதான் கற்ற கவி.

[எழு: கவி. பயனி: போலுமே. இருந்த. (வி. 124.) தான் உம் (வி. 116.)]

[கற்றோரும் மூடரும் ஒருவரை ஒருவர் விரும்பார்.]

16. நற்றா மரைக்கயத்தி னல்லன்னஞ் சேர்ந்தாற்போற்
கற்றாரைக் கற்றாரே காமுறுவர்;
கற்பில்லா
மூர்க்கரை மூர்க்கர் முகப்பர்;—முது காட்டிற்
காக்கை உகக்கும் பிணம்.

The learned seek the learned; the ignorant the ignorant. The swans and the crow.

[எழு: கற்றாரே, மூர்க்கர், காக்கை. பயனி: காமுறுவர், முகப்பர், உகக்கும். நற்றாமரை = நல் + தாமரை. (வி. 38.) கயத்தினல் = கயத்தில்நல். (வி. 39. 66. 24) பிணம் = பிணத்தை. (வி. 152.)]

[அரசனுங் கல்வியே மாட்சிமை.]

17. மன்னனு மாசறக் கற்றோனுஞ் சீர் தூக்கின்
மன்னனிற் கற்றோன் சிறப்புடையன்;
மன்னனுக்குத்
தன்றேசம் அல்லாற் சிறப்பில்லை, கற்றோற்குச்
சென்ற விடம் எல்லாஞ் சிறப்பு.

The king and the thoroughly learned man.

[எழு: கற்றோன், (வி. 95.) சிறப்பு. பயனி: உடையன், இல்லை, உண்டு, (தொகை.) (வி. 131.) அல்லால் = அல்லாமல்: இடைக்குறை. (வி. 41.) 12-ம் பாட்டையுங்காண்க. மன்னனும், கற்றோனும். (வி. 152. 113.)]

[கல்வியினால் உண்டாகும் நன்மைகள்.]

18. இம்மை பயக்கும் ஆல், ஈயக் குறைவின்றால்,
மெல்லிய
தம்மை விளக்கும் ஆல், தாம்உளராக் கேடின்றால்,
எம்மை உலகத்தும் யாங்காணேங் கல்விபோன்,
மம்மர் அறுக்கு மருந்து.

Learning is good for this life; may be given without decreasing; distinguishes the learner, and never perishes.

[எழு: யாம். பயனி: காணேம்.]

IV. பாடம்.

LEARNING.

கல்வி.

[கல்வியினால் உண்டாகும் இன்பம்; காமத்தால் உண்டாகுந் துன்பம்.]

19. தொடங்குங் காற்றுன்ப மாய், இன்பம் பயக்கும்,
மடங்கொன் றறிவகற்றுங் கல்வி;—
நெடுங் காமம்
முற் பயக்குஞ் சின்னீர இன்பத்தின், முற்றிழாய்!
பிற் பயக்கும் பீழை பெரிது.

Learning at first difficult, then yields pleasure. Lust at first pleasant, then yields pain.

[எழு: கல்வி, பீழை. பயனி: பயக்கும், அகற்றும், பெரிது. அகற்றும் = அகல்விக்கும். (வி. 103.) முற்றிழாய் எ-து மகடூஉ முன்னிலை = தொழின் முற்றிய ஆபரணத்தையுடைய பெண்ணே! (வி. 93. 64.) சின்னீர = சின்ன நீரையுடைய. நீர் எ-து தன்மை. (வி. 93.)]

[கல்விக்குச் சொல்வன்மையானது அழகாகும்.]

20. எத்துணைய தாயினுங் கல்வி இடம் அறிந்
துய்த்துணர் வில்லெனின் இல்லா கும்;
உய்த்துணர்ந்துஞ்
சொல் வன்மை இன்றெனின் என்னும்? அஃதுண்டேற்
பொன் மலர் நாற்றம் உடைத்து.

Learning must be adequately displayed in a suitable place. What is it without eloquence?

[எழு: கல்வி, என், மலர். பயனி: இல்லாகும், ஆம், உடைத்து. உய்த்துணர்வு = உய்த்துணரும் உணர்வு. இன்று = இல் + து. (வி. 93.) உயத்துணர்ந்தும். (வி. 141.) பொன்மலர் = பொன்னால் ஆய மலர். (வி. 152.)]

[ஒன்றையாவது திருத்தமாக அறியவேண்டும்.]

21. வருந்தித் தாங் கற்றன ஓம்பாது மற்றும்
பரிந்து சில கற்பான் றொடங்கல்,
கருந் தனங்
கைத்தலத்த உய்த்துச் சொரிந்திட்டிப்பரித்தாங்
கெய்த்துப் பொருள் செய் திடல்.

It is folly to forget what we have already learned in trying to learn more.

[எழு: தொடங்கல். பயனி: செய்திடல் (போலுமே). கற்றன. (வி. 95. 152.) கற்பான் எ–து வினைஎச்சம். (வி. 86.) கருந்தனம். (வி. 121.) கருந்தனங்கைத்தலத்த=கையிடத்திலிருக்கிற கருந்தனத்தை. ஆங்கு, அசைச்சொல். செய்திடல். (வி. 124.) (5.)]

[கல்லாதவர் வீணுகப் பேசுவது.]

22. கற்பன ஊழ்அற்றூர் கல்விக் கழகத்தாங்
கொற்கம் இன் றாத்தை வாய் அங்காத்தன்,
மற்றுத் தம்
வல் லுரு வஞ்சன்மின் என்பவே மா பறவை
புல்லுரு வஞ்சுவ போல்.

The speech of those who have learnt, but do not act accordingly is as if a 'scare crow' should say to the birds, "fear me not!"

[எழு: அங்காத்தல். பயனி: போல். கற்பன ஊழ்=நூல்களைக்கற்கும் நல்வினை. கழகத்து. (வி. 152. 66.) "மிருகங்கள் பறவைகள் புல்லினுலாய உருவத்திற்குப் பயப்படுவ போலத் தமது வலிய உருவத்திற்கு நீவிர் பயப்படாதிருங்கள் எனச் சொல்லுவபோலும்." அஞ்சன்மின். (வி. 92.)

[கல்வியின் சிறப்பு.]

23. குஞ்சி அழகுங், கொடுந்தானைக் கோட்டழகும்,
மஞ்சள் அழகும் அழகல்ல;
நெஞ்சத்து
நல்லம் யாம் என்னும் நடுவு நிலைமையால்,
கல்வி அழகே அழகு.

The learning of the conscientious and just is beauty.

[எழு: அழகு, அழகு. பயனி: அல்ல, அழகு. கோட்டழகு=கோட்டின் அழகு. நெஞ்சத்து. (வி. 152.) நல்லம் (வி. 93.)]

V. பாடம்.

THE LEARNED.

கற்ரேர்.

[கற்ரேரது சிறப்பு.]

24. களர்நிலத் துப்பிறந்த உப்பினைச் சான்ரேர்
Salt from the marsh, worth more than paddy from the rice-field. விளைநிலத்து நெல்லின் விழுமிதாக் கொள்வர்;
கடைநிலத்தோர் ஆயினுங் கற்றுணர்ந் தோரைத்
தலைநிலத்து வைக்கப் படும்.

[எழு: சான்ரேர், கடைநிலத்தோர். பயனி: கொள்வர், படும். உப்பினை. (வி. 65.) விளை. (வி. 153.) விழுமிதா = விழுமியது + ஆ = ஆக. (வி. 93.) வைக்கப்படும் = வைக்கப்படுவார். (வி. 137.)]

[கல்வியை விளைவாகவும் விவேகமாகவும் கற்க வேண்டியது.]

25. கல்வி கரையில; கற்பவர் நாள் சில;
Learning has no bounds. The learner's days are few. மெல்ல நினைக்கிற் பிணிபல;
The swan. தெள்ளிதின்
Discernment necessary. ஆராய்ந் தமைவுடைய கற்பவே, நீர் ஒழியப்
பால் உண் குருகிற் றெரிந்து.

[எழு: கல்வி, நாள், பிணி. பயனி: இல, சில, பல. நினைக்கில். (வி. 86.) தெள்ளிதின். (வி. 65. 152.) கற்பவே. (வி. 85.) உண். (வி. 153.) குருகின் (வி. 61.) = அன்னம்போல.]

[கல்விகற்றவனுடைய வருணத்தை நினைக்கவேண்டாம்.]

26. தோணி இயக்குவான் றொல்லை வருணத்துக்
காணிற் கடைப்பட்டான் என்றிகழார்,
காணாய்!
அவன்றுணையா ஆறு போயற்றே, நூல்கற்ற
மகன்றுணையா நல்ல கொளல்!

Never mind the boatman's caste if he take you over!

[எழு: ஒருவர். (தொகை.) பயனி: இகழார், கொளல். (வி. 85.) தோணி = தோணியை. அவன் = அவனையே. ஆறு = ஆற்றை. (வி. 152.) போயற்று = போய் அற்று. இதில், போய் = போனல். (வி. 137.) நல்ல கொளல் = நல்லவை கற்றுக்கொள்ளக்கடவாய். றொல்லை. றுணை. (வி. 38.)]

[கற்றார், கல்லாதவர் கொள்ளும் நட்பின் இயல்பு.]

27. கனை கடற் றண்சேர்ப்ப! கற்றறிந்தார் கேண்மை
நுனியிற் கரும்பு தின்றற்றே;
நுனி நீக்கித்
தூரிற் றின்றன்ன தகைத்தரோ பண்பிலா
ஈரம் இலாளர் தொடர்பு.

The friendship of the learned ever grows sweeter, that of the unlearned ever diminishes in sweetness.

[எழு: கேண்மை, தொடர்பு. பயனி: தின்றற்று, தகைத்து. கனை கடற்றண் சேர்ப்ப. (வி. 153. 152. 50. 64.) தின்றன்ன, தின்றற்றே = தின்றாற்போலும். (வி. 137.) அரோ, அசைநிலை.]

[கற்றவரின் சாவகாசம்.]

28. கல்லாரே ஆயினுங் கற்றாரைச் சேர்ந்தொழுகின்
நல்லறிவு நாளுந் தலைப்படுவர்;
தொல்சிறப்பின்
ஒண்ணிறப் பாதிரிப் பூச் சேர்தலாற் புத்தோடு
தண்ணீர்க்குத் தான்பயந் தாங்கு.

The benefits of association with the learned. The pot impregnated with odour.

[எழு: மனிதர். (தொகை.) பயனி: தலைப்படுவர். ஆயினும். (வி. 141.) படுவர். (வி. 124.) ஒண்ணிறப் பாதிரிப்பூ = ஒள்ளிய நிறத்

தையுடைய பாதிரி மரத்தினது பூ. (வி. 152. &c.) புத்தோடு = புதிய ஓடு. (வி. 121.) பயந்தாங்கு = பயன்பட்டாற்போலும். (வி. 137.) நாளும். (வி. 113.)]

[ஞான நூலின் முதன்மை.]

Books of wisdom the best. Others cannot remove confusion of mind.

29. அலகு சால் கற்பின் அறிவு நூல் கல்லா
துலக நூல் ஓதுவ தெல்லாங்
கல கல
கூஉந் துணை அல்லாற், கொண்டு தடுமாற்றம்
போஒந் துணை அறிவார் இல்.

[எழு: அறிவார். பயனி: இல். அலகு சால் = எண் அமைந்த நூல்களை. (வி. 157.) கற்பின். (வி. 86.) கூ உம், போம் = கூவும், போகும். (வி. 14. 87.)]

VI. பாடம்.

IGNORANCE.

கல்லாமை.

[கல்லாதவருடைய சபை.]

A congregation without learning like draughts without a board.

30. அரங்கின்றி வட்டாடி அற்றே,
நிரம்பிய நூல் இன்றிக் கோட்டி கொளல்.

[எழு: கொளல். பயனி: அற்றே. (வி. 137.) இன்றி = இல்லாமல், குறிப்பு வினை எச்சம். (வி. 93.) கொளல். (வி. 94. 41. (6.)]

[கல்லாதவர் மௌனமாக இருக்க வேண்டியது.]

The ignorant betrayed by their speech.

31. கல்லா தவரு நனி நல்லர், கற்றார் முற்
சொல்லா திருக்கப் பெறின்.

[எழு: கல்லாதவர். பயனி. நல்லர். உம். (வி. 113.) நனி. (வி. 120.) பெறின். (வி. 86.)]

[கல்லாதவர் பயன்படார்.]

The unlearned like barren salt soil.

32. உளர் என்னு' மாத்திரையர் அல்லாற் பயவாக்
களர் அனையர் கல்லா தவர்.

[எழு: கல்லாதவர். பயனி: அனையர். என்னும். (வி. 87. (3.) 114.) பயவா. (வி. 91.)]

[கல்லார் உயிரற்ற பதிமைகள் போலும்.]

The beauty of the unintellectual like that of a wooden doll.

33. நுண்மா ணுழைபுலம் இல்லான் எழினலம்
மண்மாண் புனை பாவை அற்று.

[எழு: நலம். பயனி: அற்று. நுண்மாண்நுழை புலம்=நுட்பமாகிய மாட்சிமைப்பட்ட பல நூல்களிலுஞ் சென்ற அறிவு. (வி. 153. 154.) எழில் நலம். (வி. 39. 156.)]

[கல்லாதவரின் செல்வஞ் செல்வம் அல்ல.]

Poverty with the good better than wealth with the unlearned.

34. நல்லார்கட் பட்ட வறுமையின் இன்னாதே
கல்லார்கட் பட்ட திரு.

[எழு: திரு. பயனி: இன்னாதே. நல்லார்கண். (வி. 63. 34.) வறுமையின் = வறுமையிலும். (வி. 61. ஒப்பு.)]

[கல்லாதவரின் குலம்.]

The learned of low origin better than the unlearned of high family.

35. மேற் பிறந்தார் ஆயினுங் கல்லாதார், கீழ்ப் பிறந்துங்
கற்றார் அனைத்திலர் பாடு.

[எழு: கல்லாதார். பயனி: இலர். கற்றார் அனைத்திலர் பாடு = கற்றவருடைய பெருமை அளவினதாகிய பெருமையை இல்லாதவர்கள் ஆவார்கள்.]

[கற்றவரே மனிதர், மற்றவர் விலங்குகள்.]

The learned are men; the unlearned beasts.

36. விலங்கொடு மக்கள் அனையர்,
இலங்கு நூல் கற்றாரோ டேனைய வர்.

[எழு: ஏனையவர். பயனி: அனையர். இலங்குநூல் = விளங்கியநூலை. (வி. 153. 152.)]

VII. பாடம்.

FOLLY.

புல்லறிவாண்மை.

[கற்றவர் சொல்லைக் கல்லாதவர் இகழ்தல்.]

37. அருளின் அறம் உரைக்கும் அன்புடையார் வாய்ச்சொற்
பொருளாகக் கொள்வர் புலவர்;
பொருள் அல்லா
ஏழை அதனை இகழ்ந்துரைக்கும்: பாற் கூழை
மூழை சுவைஉணரா தாங்கு.

The ladle does not taste the milk porridge. The wise only value the wise.

[எழு: புலவர், ஏழை. பயனி: கொள்வர், உரைக்கும். (வி. 149.) உணராதாங்கு = அறியாததுபோலும்.]

[கல்லாதவன் வீண்பேச்சுகளைப் பேச விரும்புவது.]

38. பெறுவதொன் றின்றியும் பெற்றானே போலக்
கறுவுகொண் டேலாதார் மாட்டுங்
கறுவின்றிக்
கோத்தின்னா கூறி உரையாக்காற் பேதைக்கு
நாத்தின்னு நல்ல சுனைத்து.

A fool angry without cause, full of passion, longs to abuse.

[எழு: நா. பயனி: தின்னும். இன்றியும். (வி. 141.) மாட்டும். (வி. 63. 68. 113.) உரையா. (வி. 91.) நல்ல. (வி. 120.) சுனைத்து. (வி. 133.)]

[கல்லாதவர் அறிவை இகழ்தல்.]

39. கல்வியான் ஆய கழிநுட்பங் கல்லார்முற்
சொல்லிய நல்லவுந் தீய வாம்;
எல்லாம்
இவர்வரை நாட! தமரை இல்லார்க்கு
நகரமுங் காடுபோன் றாங்கு.

Good things become evil if uttered in the presence of the undiscriminating.

[எழு: நல்ல = நல்லவைகள். பயனி: தீயவாம் = தீயவைகள் ஆகும். நுட்பம், இரண்டாம் வேற்றுமைத்தொகை. இவர். (வி. 153.)]

[பேதைகள் கேட்டாலும் அறிவு அடையார்கள்.]

40. பூவாதே காய்க்கு மரமும் உள; மக்களுளும்
ஏவாதே நின்றுணர்வார் தாம் உளரே;
தூவா
விரைத்தாலு நன்றாகா வித்தெனவே, பேதைக்
குரைத்தாலுந் தோன்றா துணர்வு.

Some trees fruit without blossoming. Some men understand without being taught. The instruction of the foolish like seeds sown in vain.

[எழு: மரம், உணர்வார், உணர்வு. பயனி: உள, உளரே, தோன்றாது. பூவாது. (வி. 90.) தூவா. (வி. 86.) விரைத்தாலும். (வி. 142.) உள, உளர். (வி. 125.) மக்களுளும். (வி. 63. 113.) எனவே. (வி. 114.)]

[கற்றதற்குத் தக்க ஒழுக்கம்.]

41. கற்றுப் பிறர்க்குரைத்துத் தா னில்லார் வாய்ப்படூஉம்
வெற்றுரைக் குண்டோர் வலியுடைமை:
"சொற்ற நீர்
நிலலாத தென்" என்று நாண் உரைப்ப நேர்ந்தொருவன்
சொல்லாமே சூழ்ந்து சொலல்.

The empty words of those who teach, but do not practice, are only powerful to reprove themselves.

[எழு: வலியுடைமை. பயனி: உண்டு. வெற்றுரை. (வி. 119.) வலியுடைமை. (வி. 150.) சொற்ற=சொன்ன. உரைப்ப. (வி. 86. (3.) 140.) சொல்லாமே = சொல்லாமல் சொலல். (வி. 94.)]

[பேதைகளுக்குக் கல்வியைச் சொல்லிய குற்றம்.]

42. கற்றன கல்லார் செவி மாட்டிக் கை உறாஉங்
குற்றந் தமதே, பிறிதன்று;
முற்றுணர்ந்துந்
தாம் அவர் தன்மை உணராதார் தம் முணரா
ஏதிலரை நோவ தெவன்?

They are to be blamed who teach those who will not learn.

[எழு: குற்றம், நோவது. பயனி: அன்று, எவன். கற்றன = தாங் கற்ற பொருள்களை. தமது. (வி. 74.) அவர் = ஏதிலாருடைய. தம்முணரா=தங்களுடைய இயல்பை உணராத. (வி. 152. 91.) அன்று. (வி. 125.)]

VIII. பாடம்.

THE GOOD AND THE EVIL.

நல்லோர்; தீயோர்.

[இழிவோருக்குப் புத்திசொன்னலுங் கேட்டுணரார்.]

The serpent sleeps unmoved, breathing heavily while fire is heaped at the entrance of its hole.

43. கண்கூடாப் பட்டது கேடெனினுங் கீழ்மக்கட்
குண்டோ உணர்ச்சி? மற் றில்லாகு:
மண்டெரி
தான் வாய் மடுப்பினு மாசுணங் கண் டுயில்வ,
போரா, பெருமூச் செறிந்து.

[எழு: உணர்ச்சி, மாசுணம். பயனி: இல்லாகும், துயிலவ. மண்டெரி = மண்டும் எரி. (வி. 153.) கண்டுயில்வ = கண்துயில்வன. (வி. 37. 83.) போரா = பெயராமல். (வி. 90.) கேடெனினும். (வி. 24. 142.) மற்று, தான் = அசைச்சொற்கள். ஆ = ஆக. எனினும். (வி. 142.) மக்கள். (வி. 68.)]

[இன்னர் கற்றவர்; இன்னர் கல்லாதவர்.]

The unintelligent, learning never learn. The intelligent perceive without learning.

44. ஓதியும் ஓதார் உணர் விலார், ஓதாதும்
ஓதி அனையர் உணர்வுடையார்;
தூய்தாக
நல்கூர்ந்துஞ் செல்வர் இரவாதார்; செல்வரு
நல்கூர்ந்தார் ஈயார் எனின்.

[எழு: உணர்விலார், உணர்வுடையார், இரவாதார், செல்வர் பயனி: ஓதார், அனையர், செல்வர், நல்கூர்ந்தார். ஓதியும், ஓதாதும், நல்கூர்ந்தும். (வி. 141.) ஓதி அனையர் = ஓதினரோடு ஒப்பார். தூய்தாக. (வி. 93. 120.) எனின். (வி. 86.)]

[நல்லோர் ஐக்கியம்.]

Association with the good.

45. நல்லாரைக் காண்பதுவு' நன்றே; நல' மிக்க
நல்லார்சொற் கேட்பதுவு' நன்றே;
நல்லார்
குணங்கள் உரைப்பதுவு' நன்றே; அவரோ
'டிணங்கி இருப்பதுவு' நன்று.

[எழு: காண்பது, கேட்பது, உரைப்பது, இருப்பது. பயனி: நன்று. நல்லாரைக் காண்பதுவும். (வி. 145. 23. 24.) நன்று. (வி. 93.) மிக்க. (வி. 120.)]

[தீயோர் ஐக்கியம்.]

Association with the evil.

46. தீயாரைக் காண்பதுவுந்' தீதே; திருவற்ற
தீயார்சொற் கேட்பதுவுந் தீதே;
தீயார்
குணங்கள் உரைப்பதுவுந் தீதே; அவரோ
'டிணங்கி இருப்பதுவுந் தீது.

[எழு: காண்பது, கேட்பது, உரைப்பது, இருப்பது. பயனி: தீது. அற்ற. (வி. 87. (1.) பகுதி: அறு. 82. (6.) தீயார். (வி. 93.)]

[நல்லாரைப் பற்றி எல்லாரும் வாழ்தல்.]

When the paddy is watered, the grass on the borders too is profited. If there be one good person, for his sake the rain falls.

47. நெல்லுக் 'கிறைத்தநீர் வாய்க்கால் வழியோடிப்
புல்லுக்கும் அங்கே புசியும்ஆந்;
தொல்லுலகில்
நல்லார் ஒருவர் உளர்ஏல் அவர்பொருட்
'டெல்லார்க்கும் பெய்யு' மழை.

[எழு: நீர், மழை. பயனி: புசியும், பெய்யும். பொருட்டு. (வி. 60.) தொல்லுலகில். (வி. 119.) உளர் ஏல் = இருப்பாராகில். (வி. 86.)]

IX. பாடம்.

THE FRIENDSHIP OF THE GOOD.

நல்லோர் சிநேகம்.

[செல்வம் நீங்கின இடத்தும் கைவிடாதவரையே உறவாகக் கொள்க.]

48. அற்ற குளத்தின் அறுநீர்ப் பறவை போல்
உற்றுழித் தீர்வார் உறவல்லர்; அக்குளத்திற்
கொட்டியும் ஆம்பலு' நெய்தலும் போலவே
ஒட்டி உறுவார் உறவு.

The water-fowl forsakes the dried-up tank. The water plants remain in it.

[எழு: தீர்வார், உறுவார். பயனி: அல்லார், உறவு. நீர்ப்பறவை எ—து தொடர்மொழி. (வி. 150.) உற்றுழி =(செல்வத்தின் இறுதி) உற்ற உழி, இடைக்குறை. (வி. 41.) இது இன்னிசை வெண்பா. (வி. 190.) அக்குளத்தில். (வி. 25.)]

[இனமே உறவல்ல.]

49. உடன் பிறந்தார் சுற்றத்தார் என்றிருக்க வேண்டா;
உடன் பிறந்தே கொல்லும் வியாதி;
உடன்பிறவா
மா மலையில் உள்ள மருந்தே பிணி தீர்க்கும்;
அம்மருந்து போல்வாரும் உண்டு.

Innate disease slays. Medicine from the far off hills cures.

[எழு: நீ (தொகை), வியாதி, மருந்து, போல்வாரும். பயனி: வேண்டா, கொல்லும், தீர்க்கும், உண்டு. வேண்டா. (வி. 89.) போல்வார். (வி. 95.) உடன்பிறந்தார் (வி. 150.) என்று. (வி. 114.) உளர் எ—கு உண்டு எ—து வழுவமைதி (வி. 137. 125.)]

[உதவி செய்யாதவர் நட்பு.]

50. நாய்க்காற் சிறுவிரல்போ னன்கணியர் ஆயினும்
ஈக்காற் றுணையும் உதவாதார் நட்பென்னாம்?
சேய்த்தானுஞ் சென்று கொளல்வேண்டுஞ் செய் வினைக்கும்
வாய்க்கால் அனையார் தொடர்பு.

What avails the friendship of those who though near aid not? The channel far off brings fertility.

[எழு: நட்பு, ஒருவர். (தொகை.) பயனி: என்னாம், வேண்டும். செயப்படுபொருள்: தொடர்பை. நாய்க்கால், ஈக்கால். (வி. 152.)]

[நல்லோர் வரவினால் இன்பமுந், தீயோர் வரவினால் துன்பமும் உண்டாம்.]

51. நல்லோர் வரவா னகைமுகங் கொண் டின்புறீஇ,
அல்லோர் வரவான் அழுங்குவார்
வல்லோர்;
திருந்துந் தளிர்காட்டித் தென்றல் வரத் தேமா
வருந்துஞ் சுழல் கால் வர.

The mighty rejoice in the presence of the good and lament over the presence of the bad. The south-wind and the whirl-wind.

[எழு: வல்லோர், தேமா. பயனி: அழுங்குவார், திருந்தும், வருந்தும். நகைமுகம். (வி. 153.) இன்புறீஇ = இன்பு உற்று. (வி. 17. 79.) வர. (வி. 140.) வரவானகை = வரவால் நகை. (வி. 39.)]

[இஸ்திரீகளுடைய வீண்பேச்சுகளைக்கேட்டால் மனஉறுதி தளர்ந்து போகும்.]

52. பகர்ச்சி மடவார் பயில, நோன் பாற்றல்
திகழ்ச்சி தரு நெஞ்சத் திட்ப
நெகிழ்ச்சி
பெறும்; பூரிக் கின்ற முலைப்பேதாய்! பல கால்
எறும்பூரக் கற் குழியு மே.

Stone hollowed out by the incessant treading of ants. The vain talk of women destroys strength of mind.

[பகர்ச்சி, இரண்டாம் வேற்றுமைத் தொகை. மடவார், மூன்றும் வேற்றுமைத் தொகை. பயில, ஊர. (வி. 140.) நோன்பாற்றல் திகழ்ச்சி தரும் = நோன்பினால் உண்டாகும் ஆற்றலில் விளங்கும். (வி. 152. 157.) பேதாய் = பேதையே! (வி. 64.)]

[புத்தியுள்ள ஆலோசனை.]

53. அறிமின் அறநெறி; அஞ்சுமின் கூற்றம்;
பொறுமின் பிறர் கடுஞ் சொல்; போற்றுமின் வஞ்சம்;
வெறுமின் வினைதீயார் கேண்மை; எஞ் ஞான்றும்
பெறுமின் பெரியார்வாய்ச் சொல்.

Virtue. Death. Bitter words. Deceit. The friendship of the wicked. The words of the great.

[எழு: நீர். (தொகை.) பயனி: ஐந்துவினைகளும். செயப்படுபொருள்: நெறியை, குற்றத்தை, சொல்லை, வஞ்சத்தை, கேண்மையை, சொல்லை. அறிமின். (வி. 84.) வினைதீயார் = தீவினையாருடைய.)]

X. பாடம்.

ASSOCIATION WITH THE GOOD.

நல்லினஞ்சேரல்.

[நல்லினஞ் சேர்தலால்ஆகிய பெருமை.]

54. ஊர்அங் கணநீர் உரவுநீர்ச் சேர்ந்தக்கால்
பேரும் பிறிதாகித் தீர்த்தம் ஆம்;
ஓருங்,
குலமாட்சி இல்லாருங் குன்றுபோ னிற்பர்,
நலமாட்சி நல்லாரைச் சார்ந்து.

The village stream becomes a sacred river. Greatness from association with the great.

[எழு: நீர், இல்லார். பயனி: ஆம், நிற்பர். (ஊர், ஏழாம்வேற்றுமைத் தொகை.) உரவுநீர் = ஆற்றுநீர். சேர்ந்தக்கால். (வி. 87.)

[நல்லினஞ் சேர்தலால் ஆகிய துணை.]

55. கொல்லை இரும்புனத்துக் குற்றி அடைந்த புல்
ஒல்காவே ஆகும் உழவர் உழு படைக்கு;
மெல்லியரே ஆயினு' நற் சார்வு சார்ந்தார் மேற்
செல்லாவாஞ் செற்றார் சினம்.

Grass near the stump saved from the plough-share.

[எழு: புல், சினம். பயனி: ஆகும், ஆம். ஒல்கா, செல்லா, எதிர்மறை வினைஎச்சம். (வி. 90.) புனத்து = புனத்தினிடத்தில். (வி. 68. 152.)]

[நல்லினத்தால் நன்மையுந் தீயினத்தால் சிதைவும் உண்டாகும்.]

Good and bad connections. Rice depends on the soil. The boat and the whirlwind.

56. நிலநலத்தா னந்திய நெல்லேபோற் றத்தங்
குலநலத்தால் ஆகுவர் சான்றோர்; கலநலத்தைத்
தீவளி சென்று சிதைத்தாங்கு சான்றாண்மை
தீயினஞ் சேரக் கெடும்.

[எழு: சான்றோர், சான்றாண்மை. பயனி: ஆகுவர், கெடும். நிலநலத்தால் = நிலத்தினுடைய நன்மையினால். (வி. 152.) தத்தம் = தம் தம். (வி. 74.) சேர. (வி. 140.) தீவளி. (வி. 119.)

[தீயோரைச் சேர்ந்தால் அழிவு உண்டாம்.]

Even the blameless are despised on account of their association. Sandal wood and Vengei burnt with the rest of the jungle.

57. மனத்தான் மறுவிலர் ஏனுந் தாஞ் சேர்ந்த
இனத்தால் இகழப் படுவர்;
புனத்து
வெறிகமழ் சந்தனமும் வேங்கையும் வேமே,
எறிபுனந் தீப்பட்டக் கால்.

[எழு: மனிதர் (தொகை), சந்தனமும் வேங்கையும். பயனி: இகழப்படுவார், வேம். மனத்தான் = மனத்தில். (வி. 137.) வேம். (வி. 82. (7.)]

[கற்றோருடைய நட்பு நாளுக்குநாள் அதிக நன்மையைத் தரும்.]

Friendship of the good ever increasing in sweetness; and vice versa.

58. கருத்துணர்ந்து கற்றறிந்தார் கேண்மை எஞ் ஞான்றுங்
குருத்திற் கரும்புதின் றற்றே;
குருத்திற்
கெதிர்செலத் தின் றன்ன தகைத்தரோ என்றும்
மதுரம் இ லாளர் தொடர்பு.

[எழு: கேண்மை, தொடர்பு. பயனி: தின்றற்றே, தகைத்து. அன்ன, அற்று. (வி. 109.) குருத்தில் = குருத்துத்தொடங்கி.]

[நீதியரோடு நட்புக்கொள்ள வேண்டும்.]

Some select high-born friends, not examining their qualities.

59. இற்பிறப் பெண்ணி இடைதிரியார் என்பதோர்
நற்புடைக் கொண்டமை அல்லது,—
பொற்கேழ்
புனல்ஒழுகப் புள்ளிரியும் பூங்குன்ற நாட!
மனம்அறியப் பட்டதொன் றன்று.

[எழு: ஒன்று. பயனி: அன்று. கொண்டமை. (வி. 94.) பூங்குன்ற நாட = பொலிவையுடைய மலை நாடனே! (வி. 119. 64.)]

XI. பாடம்.

FRIENDSHIP.

நட்பு.

[யானை, நாய், என்பவற்றின் குணம்.]

The elephant and the dog, types of false and true friends.

60. யானை அனையவர் நண்பொரீஇ நாய்அனையார்
கேண்மை கெழீஇக் கொளல்வேண்டும்;
யானை
அறிந்தறிந்தும் பாகனையே கொல்லும், எறிந்தவேல்
மெய்யதா வால்குழைக்கு நாய்.

[எழு: ஒருவர் (தொகை), யானை, நாய். பயனி: வேண்டும், கொல்லும், குழைக்கும். ஒரீஇ = ஒருவி. கெழீஇ = கெழுவி. (வி. 79.) எறிந்த வேல். (வி. 143.) மெய்யதா = மெய்யது, ஆ. இதில் மெய்யது எ—து ஏழாம் வேற்றுமை மயக்கமாகவந்த ஆறும் வேற்றுமை. (வி. 62.) (137.*) ஆ=ஆக. (வி. 140.)]

[அன்பில்லாதவர் நட்பாகார்; அன்புள்ளவர் என்றும் வேறுகார்.]

61. பலநாளும் பக்கத்தா ராயினு' நெஞ்சிற்
சிலநாளும் ஒட்டாரோ டொட்டார்;
பலநாளு'
நீத்தார் எனக்கை விடல்உண்டோ, தன்னெஞ்சத்
தியாத்தாரோ டியாத்த தொடர்பு.

The uncongenial, though long near one, never become intimate: those who are one's bosom friends do not cease to be so because far away.

[எழு: மனிதர் (தொகை), விடல். பயனி: ஒட்டார், உண்டோ. நெஞ்சத்து=நெஞ்சினுலே. (வி. 152.) நெஞ்சத்தியாத்தாரோடு. (வி. 24.)]

[கொம்பில் பூத்த பூவும், குளத்தில் பூத்த பூவும்.]

62. கோட்டுப்பூப் போல மலர்ந்துபிற் கூம்பாது
வேட்டதே வேட்டா' நட்'பாட்சி;
தோட்ட
கயப்பூப்போன் முன்மலர்ந்து பிற்கூம்பு வாரை
நயப்பாரு' நட்பாரும் இல்.

True friendship like the flower of a tree expands and shuts no more; but none can love those who like the flower in the tank shut (their hearts) again after they have been once opened.

[எழு: நட்பாட்சி நயப்பாரும், நட்பாரும். பயனி: ஆம், இல். கோட்டுப்பூ. (வி. 68. 119.) வேட்டது. (வேள்-கிறேன்-வேட்டேன்.) (வி. 95.) நட்பாட்சி. (வி. 150. 96.) தோட்ட = தோண்டின.]

[கடை, இடை, தலையானவர் நட்பு இன்னது.]

63. கடையாயார் நட்பிற் கமுகனையர்; ஏனை
இடையாயார் தெங்கின் அனையர்;
தலையாயார்
எண்ணரும் பெண்ணை போன் றிட்டஞான் றிட்டதே;
தொன்மை உடையார் தொடர்பு.

[எழு: கடையாயார், இடையாயார், தலையாயார், உடையார். பயனி: அனையர், அனையர், இட்டதே, சொன்னுர் (தொகை.) கடையாயார்= கடைவரிசையில் உள்ளார். ஆயார் = ஆகினுர். (வி. 82. (7.)) அனையர். (வி. 109.) எண்ணரும் = எண்ணுதற்கரிய. (வி. 153. 121.)]

[அன்போடு பொருந்திய உபசாரம்; அன்பின்றிச் செய்த உபசாரம்.]

A dinner of herbs with affection is ambrosia. The greatest delicacies without it, nux-vomica.

64. கழுநீருட் கார் அட கேனும் ஒருவன்
விழுமிதாக் கொள்ளின் அமிழ்தாம்;
விழுமிய
குய்த்துவை யார் வெண் சோறே ஆயினு மேவாதார்
கைத்துண்டல் காஞ்சிரங் காய்.

[எழு: அடகு, உண்டல். பயனி: ஆம், காய் (ஆகும்.) கார். (வி. 121. 154.) விழுமிதா = விழுமியது + ஆ = ஆக. (வி. 93.)]

[இவற்றில் இவை நல்லனவாம்.]

Hatred better than the friendship of the unwise; death than incurable disease; to be killed than to be despised; abuse than undeserved praise.

65. தெளிவிலார் நட்பிற் பகை நன்று; சாதல்
விளியா வருநோயி னன்றால்;
அளிய
இகழ்தலிற் கோறல் இனிதே மற் றில்ல
புகழ்தலின் வைதலே நன்று.

[எழு: பகை, சாதல், கோறல், வைதல். பயனி: நன்று, நன்று, இனிது, நன்று. நட்பில். (வி. 61. ஒப்பு.) ஆல், ஏ, மற்று, அசைச்சொற்கள். அளிய. (வி. 140.) கோறல் = கொல்லல். (வி. 41.)]

XII. பாடம்.

ON BEARING WITH THE FAULTS (OF ONE'S FRIENDS.)

பிழைபொறுத்தல்.

[எதினும் பிரிதல் தீது.]

66. மரீஇப் பலரொடு பன்னாண் முயங்கிப்,
பொரீஇப் பொருட்டக்கார்க் கோடலே வேண்டும்;—
பரீஇ உயிர்செகுக்கும் பாம்பொடும் இன்னா
மரீஇப் பின்னைப் பிரிவு.

Examine well and form friendships only with the excellent. *Never forsake a friend!*

[எழு: ஒருவர் (தொகை), பிரிவு. பயனி: வேண்டும், இன்னா. செயப்படு: தக்கார். ஏ—அசைநிலை. மரீஇ, பொரீஇ, பரீஇ. (வி. 79.) பன்னாண் = பல்நாள். (வி. 39. 36.) பொருட்டக்கார் = பொருளாகத்தக்கவர். (வி. 57. 37.)]

[சிநேகர் குற்றங்களைத் தம்முள்ளத்தில் மறைக்கவேண்டும்; குற்றமில்லாதவர் பூவுலகிலில்லை.]

67. நல்லார் எனத்தாம் நனிவிரும்பிக் கொண்டாரை
அல்லார் எனினும் அடக்கிக் கொளல்வேண்டும்;
நெல்லுக் குமிஉண்டு; நீர்க்கு நுரை உண்டு;
புல்லிதழ் பூவிற்கும் உண்டு.

Bear with the faults of friends. None faultless.

[எழு: ஒருவர் (தொகை), உமி, நுரை, புல்லிதழ். பயனி: வேண்டும், உண்டு. என. (வி. 114.) நனி. (வி. 120.) கொண்டாரை. (வி. 124. (5.)) புல்லிதழ். (வி. 150.) பூவிற்கும் = பூ + இன் + கு + உம். (வி. 23. 65. 35. 24.)]

[நல்லோர் பிழை பொறுப்பர்.]

68. செறுத்தோ றுடைப்பினுஞ் செம்புனலோ டோர்,
மறுத்துஞ் சிறைசெய்வர் நீர்நசை வாழ்நர்;
வெறுப்ப வெறுப்பச் செயினும் பொறுப்பரே
தாம் வேண்டிக் கொண்டார் தொடர்ப்பு.

Bear with your friends' faults, as the cultivator bears with the stream that often bursts its enclosures.

[எழு: வாழ்நர், கொண்டார். பயனி: செய்வர், பொறுப்பர். ஏ, அசைநிலை. செறுத்தோறும் = செறுக்குந்தோறும். (வி. 153.) நீர் நசை = நீரை நசைந்து, அல்லது நீரின் நசைவினால். (வி. 153.) வாழ்நர். (வி.95 = வாழ்வர்.)]

[பொறுத்தல் நட்பை வளர்க்கும்.]

69. இறப்பவே தீய செயினுந்தன் னட்டார்
பொறுத்த றகுவதொன் றன்றோ?—
நிறக் கோங்
குருவ வண் டார்க்கும் உயர்வரை நாட!
ஒருவர் பொறை இருவர் நட்பு.

Bear all things! The patience of one is the friendship of two.

[எழு: பொறுத்தல், பொறை. பயனி: தகுவது, நட்பு (ஆகும்.) இறப்பவே.* (வி. 140.) நிறக்கோங்கு உருவ வண்டு ஆர்க்கும் உயர் வரை நாட! = பொன்னிறத்த கோங்கம் பூவிலே அழகிய வண்டுகள் ஆர்ப்பரிக்கும் உயர்ந்த மலை நாடனே. (வி. 152. 162.) ஒருவர், இருவர். (வி. 159.)]

*"Though they do things so bad as to pass (the limits of forbearance)."

[நட்டார் செய்த பிழையால் அதிக மனவருத்தம் உண்டாகும்.]

"To be wroth with those we love, doth work like madness in the brain!"

70. மடி திரை* தந்திட்ட வான் கதிர் முத்தங்
கடு விசை நாவாய் கரை அலைக்குஞ் சேர்ப்ப!
விடுதற் கரியார் இயல்பிலரேல் நெஞ்சஞ்
சுடுதற்கு மூட்டிய தீ.

*"EVER CURLING WAVES."

[எழு: அரியார். பயனி: தீ (ஆவார்.) மடிதிரை. (வி. 153.) தந்திட்ட (வி. 124. (5.)) கடு. (வி. 119.)]

☞ The student will recognize in this and many other verses from the நாலடி a beautiful description of the old pandiyan country, with its seaboard (சேர்ப்பு,) its extensive forests, and limiting hills, (வரை.)

XIII. பாடம்.

FRIENDSHIP.

நட்பு.

[நண்பரைப் பிழையின் பொருட்டுப் பிரியல் ஆகாது.]

Friends are not to be forsaken on account of their faults. Do men cut off their hand because it has struck their eye?

71. இன்னா செயினும் விடுதற் கரியாரைத்
துன்னத் துறத்த றகுவதோ?—
துன்னருஞ் சீர்
விண் குத்து நீள் வரை வெற்ப! களைபவோ
கண் குத்திற் றென்று தங் கை?

[எழு: துறத்தல், மனிதர் (தொகை.) பயனி: தகுவதோ, களைபவோ. துன்னருஞ் சீர் விண்குத்து நீள் வரை வெற்ப! = கிட்டுதற்கு அரிய நன்மையை உடைய வானைப் பொருந்திய நீண்ட மலை நாடனே! களைப. (வி. 83.) குத்திற்று. (வி. 83.) துன்னு. (வி.) 90.]

[சிநேகிதனை விட்டுப்பிரிந்தவர் பிழை செய்தவரினுங் கடையர்.]

72. இலங்குநீர்த் தண்சேர்ப்ப! இன்னா செயினுங்
கலந்து பழிகாணார் சான்றோர்;
கலந்தபிற்
றீமை யெடுத்துரைக்குந் திண்ணறி வில்லாதார்
தாமும் அவரிற் கடை.

Those who forsake friends that have committed a fault are worse than they.

[எழு: சான்றோர், இல்லாதார். பயனி: காணார், கடை (ஆவர்.) செயப்படு: பழியை. கலந்து = நட்புக்கொண்டபின். நட்பனைத்திருத்த வேண்டுமே அல்லாமல் அவர்களுடைய குற்றங்களைப் பலர்க்கு அறிவிக்கக் கூடாது. அவரில். (வி. 61.)]

[சிநேகிதன் பிழைகளை வெளிப்படுத்தல் ஆகாது.]

73. தமர் என்று தாங்கொள்ளப் பட்டவர் தம்மைத்
தமர் அன்மை தாம் அறிந்தார் ஆயின், அவனைத்
தமரினு நன்கு மதித்துத், தமர் அன்மை
தம்முள் ளடக்கிக் கொளல்.

If friends prove unfaithful, love them the more, and keep their unfaithfulness in your own bosom.

[எழு: ஒருவர். (தொகை.) பயனி: அடக்கிக்கொளல். தமர். (வி. 123.) அன்மை. (வி. 94. 152.) தம், சாரியை. (வி. 108. 74.) நன்கு. (வி. 120.) கொளல். (வி. 85.)]

[சிநேகிதர் குற்றங்களை வெளிப்படத் தூற்றினவன் சாபம்.]

74. குற்றமும் ஏனைக் குணமும் ஒருவனை
நட்டபி னாடித் திரிவேனேல்
நட்டான்
மறைகாவா விட்டவன் செல்வுழிச் செல்க,
அறைகடல்சூழ் வையந் நக.

[பாட்டு 80 காண்க.]

He who pries into his friends faults shares the punishment of the revealer of secrets.

[எழு: யான். (தொகை.) பயனி: செல்க. காவா = காக்காமல். செல்வுழி = (செல், வ், உழி.) (வி. 153. 63. 152. 25.) செல்க. (வி. 85.)]

[நல்லோர் நட்பு மழையைப்போலும்; தீயோர் நட்பு வறட்சியைப்போலும்.]

The friendship of the excellent like rain; of others like drought.

75. சீரியார் கேண்மை சிறந்த சிறப்பிற்றாய்,
மாரி போன் மாண்ட பயத்ததாம்;
மாரி
வறந்தக்காற் போலுமே,— வால் அருவி நாட!—
சிறந்தக்காற் சீரிலார் நட்பு.

[எழு: கேண்மை, நட்பு. பயனி: ஆம், போலும். ஏ, அசைநிலை. சீரியார் = சீரையுடையர். (வி. 93.) சிறப்பிற்றாய் = (சிறப்பு + இன் + து + ஆய்) = சிறப்பினையுடையதாகி. (வி. 93.) பயத்ததாம் = பயனையுடையதாம். (வி. 93.)]

XIV. பாடம்.

FRIENDSHIP.

நட்பு.

[அறிவுள்ளோர் சிநேகம் மோட்சத்தைப்போலவும்; அறிவில்லார் சிநேகம் நரகத்தைப் போலவும் ஆகும்.]

Bliss enjoyed with the wise is heaven; association with the ignorant and worthless is hell.

76. நுண்ணுணர்வி னாரொடு கூடி நுகர்வுடைமை
விண்ணுலகே ஒக்கும் விழைவிற்றால்;
நுண்ணூல்
உணர்விலர் ஆகிய ஊதியம் இல்லாப்
புணர்த னிரயத்துள் ஒன்று.

[எழு: நுகர்வுடைமை. பயனி: விழைவிற்று, ஒன்று (ஆகும்.) ஏ, ஆல், அசைநிலைகள். நுகர்வுடைமை (நுகர், வ், உடைமை.). (வி. 153.) விழைவிற்று = விழைவினது. (வி. 93.) ஒக்கும். (வி. 125.)]

[அன்பில்லாருடன் கொண்டநட்பு நிலைநில்லாது.]

77. பெருகுவது போலத் தோன்றி வைத் தீப் போல்
ஒரு பொழுதுஞ் செல்லாதே நந்தும்;—
அருகெல்லாஞ்
சந்தன நீள் சோலைச் சாரன் மலை நாட!—
பந்தம் இ லாளர் தொடர்பு.

Intimacy with those who have no sympathy is like fire in the stubble.

[எழு: தொடர். பயனி: நந்தும். வைத்தீப்போல் = வைக்கோல் நெருப்பைப்போல். (வி. 132.) நீள் = நீண்ட. (வி. 153.)]

[பெரியோருடன் நட்புக்கொண்டாலுங் கீழோர் நல்லோர் ஆகார்.]

78. ஒரு நீர்ப் பிறந்தொருங்கு நீண்டக் கடைத்தும்
விரி நீர்க் குவளையை ஆம்பல் ஒக் கல்லா,
பெரு நீரார் கேண்மை கொளினு' நீர் அல்லார்
கருமங்கள் வேறு படும்.

The water-lily does not become a lotus by being in the same tank with it: so evil persons will act in conformity with their natures.

[எழு: ஆம்பல், கருமங்கள். பயனி: அல்லா, வேறுபடும். செயப்படு: குவளையை. நீர் = நீரிலே. (வி. 152.) கடைத்தும் = இடத்தை உடையன ஆயினும். (வி. 93. 113.) ஒக்கல்லா = ஒக்க மாட்டாது. (ஒக்கு + அல்லா.) (வி. 125.89.) கொளினும்=கொண்டாலும். (வி. 86. 142.)]

[உரிமையில்லாதவரது நட்பு தீது.]

79. முற்றற் சிறு மந்தி முற் பட்ட தந்தையை
நெற்றுக் கண் டன்ன விரலான் ஞெமிர்த்திட்டுக்
குற்றிப் பறிக்கு' மலை நாட! இன்னுதே
ஒற்றுமை கோள்ளாதார் நட்பு.

Friendship with the uncongenial is bad.

[எழு: நட்பு. பயனி: இன்னுது. முற்றல் = முற்று + அல்லாத. (வி. 153.)]

[நண்பனது குறைதீராதவனுக்கு உறுஞ்சாபம்.]

80. முட்டுற்ற போழ்தின் முடுகி, என் ஆர் உயிரை
The curse of him who does not offer his life for his friend.
நட்டான் ஒருவன் கை நீட்டேன் ஏல்,
நட்டான்
கடிமனை கட்டழித்தான் செல்வுழிச் செல்க,
நெடுமொழி வையம் நக.

[பாட்டு 74 காண்க.]

[எழு: யான். (தொகை.) பயனி: செல்க. (வி. 85.) ஆர். (வி. 121.) செல்வுழி = செல் + வ் + உழி; இதில் வ் இடைநிலை. (வி. 153. 81.) நெடு-மொழி. (வி. 154.) நக. (வி. 140.)]

[நல்லோர் நட்பு இனிது; மற்றோர் நட்பு கைப்பு.]

81. ஆன் படு நெய் பெய் கலனுள் அது களைந்து,
Forsaking the friendship of the discerning, and cultivating that of the silly, is like pouring Margosa oil into a vessel where ghee has been before.
வேம்படு நெய் பெய் தனைத்தரோ,—
தேம்படு
நல்வரை நாட! நயம் உணர்வார் நண்பொரீஇப்
புல்லறிவி னாரொடு நட்பு.

[எழு: நட்பு (க்கொள்ளல்.) பயனி: அனைத்து. அரோ, அசைநிலை. படு. (வி. 153.) தேம் = தேன். (வி. 137. 93.) பெய்தனைத்து = பெய்தாற்போலும். (வி. 137. 93.) இதில் பெய்து = பெய்தால். நாட = நாடனே! (வி. 64.) ஒரீஇ = ஒருவி. (வி. 79.)]

---

82. உருவிற் கமைந்தான்கண் ஊராண்மை இன்மை
A specious outward appearance without a liberal spirit like milk and water.
பருகற் கமைந்த பா னீர்அளா யற்றே.
தெரிவுடையார் தீயினத்தர் ஆகுத னாகம்
வரிபெடையோ டாடிவிட் டற்று.

[எழு: இன்மை, ஆகுதல். பயனி: அளாயற்று, விட்டற்று. அளாய் = அளாவி. அளாய், விட்டு, இவை அளாவினால், விட்டால் என்று பொருள் கொள்ளும். (வி. 117.) பானீர் = பாலிலேநீர். (வி. 152.)]

XV. பாடம்.

FRIENDSHIP.

நட்பு.

[நட்பின் அருமை.]

83. செயற் கரிய யாஉள நட்பின்; அதுபோல்
வினைக் கரிய யாஉள காப்பு?

Nothing harder than to gain a friend. No surer defence.

[நட்பின். (வி. 61. ஒப்பு.) உள. (வி. 125.) யா. (வி. 6.)]

[நல்லோர் நட்பு வளர்தலுந் தீயோர் நட்பு குறைதலும்.]

84. நிறைநீர நீரவர் கேண்மை பிறை; மதிப்
பின்னீர பேதையார் நட்பு.

The friendship of the good increases; and *vice versa.*

[பிறைபோல் அறிவுடையவரது நட்புக்கள் நிறையுந்தன்மையின வாம்; நிறைந்த சந்திரன்போல் பின்னே நாடோறுங் குறையுந் தன் மையுடையனவாம் அறிவில்லாதவரது நட்புக்கள். நீர. (வி. 93.)]

85. நகுதற் பொருட்டன்று நட்டல்; மிகுதிக் கண்
மேற்சென் றிடித்தற் பொருட்டு.

Friendship not for jesting; but for serious reproofs.

[எழு: நட்டல். பயனி: அன்று, பொருட்டு. மிகுதிக்கண். (வி. 63.)]

[நட்பின் இயல்பு.]

86. முக நக நட்பது நட்பன்று; நெஞ்சத்
தக நக நட்பது நட்பு.

Mere complaisance not friendship; but real hearty affection.

[எழு: நட்பது, நட்பது. பயனி: அன்று, நட்பு. நெஞ்சத்து அகம் நக. (வி. 119. 140.)]

[நட்பின் செய்கை.]

87. உடுக்கை இழந்தவன் கைபோல, ஆங்கே
இடுக்கண் களைவதா' நட்பு.

Friendship saves from distress as the hand keeps up the slipping garments.

[எழு: நட்பு. பயனி: ஆம்.]

[நட்பின் மாட்சிமை.]

88. நட்பிற்கு வீற்றிருக்கை யாதெனில்
கொட்பின்றி ஒல்லும்வாய் ஊன்று' நிலை.

Real friendship an unswerving support.

[எழு: இருக்கை. பயனி: நிலை. நட்பிற்கு. (வி. 65.) இருக்கை. (வி. 94.) எனில். (வி. 86. (2.)) ஊன்றும் நிலை. (வி. 87. (3.)]

XVI. பாடம்.

CAUTION IN FORMING FRIENDSHIPS.

நட்பாராய்தல்.

[உடனே சிநேகம் பண்ணல்ஆகாது; பின்னே சிநேகிதனை விடக் கூடாது.]

89. நாடாது நட்டலிற் கேடில்லை, நட்டபின்
வீடில்லை நட்பாள் பவர்க்கு.

Rashness in forming connections. Not to be dissolved.

[எழு: கேடு, வீடு. பயனி: இல்லை, இல்லை.)]

[பாத்திரம் அறிந்து செய்யாத நட்பு தீதாய் முடியும்.]

90. ஆய்ந் தாய்ந்து கொள்ளாதான் கேண்மை கடைமுறை
தான் சாந் துயரந் தரும்.

Inconsiderate friendship brings ruin.

[எழு: கேண்மை. பயனி: தரும். கொள்ளாதான் = கொள்ளாதவன். சாம் = சாகும். (வி. 82. (7.)]

[வறுமையே சிநேகிதரை அளக்குங் கோல்.]

91. கேட்டினும் உண்டோர் உறுதி,—கிளைஞரை
நீட்டி அளப்பதோர் கோல்.

Misfortune has this use, it is a rod to measure your friends.

[எழு: உறுதி, கேடு (தொகை.) பயனி: உண்டு, கோல் (ஆம்.) கேட்டினும். (வி. 61. 113.)]

[தீயோர் நட்பை விடுவது இலாபம்.]

92. ஊதியம் என்ப தொருவற்குப்
பேதையார் கேண்மை ஒரீஇ விடல்.

Gain to forsake the friendship of the foolish.

[எழு: விடல். பயனி: என்பது. ஒருவற்கு = ஒருவனுக்கு. (வி. 60. 35. 108.)]

[தீயோர் நட்பு.]

93. உள்ளற்க உள்ளஞ் சிறுகுவ,
கொள்ளற்க அல்லற்கண் ஆற்றுப்பார் நட்பு.

Pure thoughts. Friendship that brings no sorrow.

[எழு: நீ. (தொகை.) பயனி: உள்ளற்க! கொள்ளற்க! உள்ளற்க. (வி. 92.) சிறுகுவ. (வி. 81. 95.)]

[துன்பம் வந்தவேளையில் கைவிடுகிற சிநேகிதர்.]

94. கெடுங்காலைக் கைவிடுவார் கேண்மை
அடுங்காலை உள்ளினும் உள்ளஞ் சுடும்.

The thought of faithless friends gives pain even in death.

[எழு: கேண்மை. பயனி: சுடும்.]

XVII. பாடம்.

THE FRIENDSHIP OF THE WICKED.

தீயோர் நட்பு.

[நல்லோர் நேசத்தை நாடலும் அல்லோர் நேசத்தைக் கைவிடலும்.]

95. மருவுக மாசற்ரூர் கேண்மை, ஒன் றீத்தும்
ஒருவுக ஒப்பிலார் நட்பு.

The friendship of the pure, and of the inconsistent.

[எழு: நீ (தொகை.) பயனி: மருவுக, ஒருவுக. மருவுக. (வி. 85.) ஈத்தும் = ஈந்தும். (வி. 41. (1.) 141.) "*At any sacrifice.*"]

[தீயோர் நேசம் வளர்தலினுங் குறைதல் நன்று.]

96. பருகுவார் போலினும் பண்பிலார் கேண்மை
பெருகலிற் குன்றல் இனிது.

Better that the friendship of those of bad dispositions should decrease than increase.

[எழு: கேண்மை. பயனி: இனிது. போலினும். (வி. 86. 142.)]

[தீயோர் சிநேகத்தில் பயனில்லை.]

97. உறின்நட் டறின்ஒரூஉம் ஒப்பிலார் கேண்மை
பெறினும் இழப்பினும் என்?

No benefit in the friendship of those who cling to one in prosperity and forsake one in adversity.

[எழு: பயன் (தொகை.) பயனி: என். உறின் நட்டு, அறின் ஒருவும். (வி. 86. (2) 87.)]

[நயத்தை நாடி நேசிப்போர் கள்வருக்கு ஒப்பு.]

98. உறுவது சீர்தூக்கும் நட்பும், பெறுவது
கொள்வாருங், கள்வரும் நேர்.

Interested friends and thieves alike.

[எழு: நட்பு, கொள்வார், கள்வர். பயனி: நேர். (வி. 109.) உறுவது = நட்பால் வரும் பிரயோசனத்தை. (வி. 95. 152.)]

[பொய்யான சிநேகிதரினும் பகைவர் நல்லவர்.]

99. நகைவகையர் ஆகிய நட்பிற்
பகைவராற் பத்தடுத்த கோடி உறும்.

Ten times better enmity than mere sportive friendship.

[எழு: கோடி. பயனி: உறும். நகைக்கேதுவாகிய நட்பில் வரும் இன்பங்களில் பகைவரால் வருந் துன்பங்கள் மிக நல்ல. பத்தடுத்த கோடி = பத்தாகத் தொடுத்த கோடி.]

[உதவி செய்யார் கேண்மை.]

100. ஒல்லுங் கருமம் உடற்று பவர்கேண்மை
சொல்லாடார் சோர விடல்.

Forsake without a word the friendship of those who will not make an effort for you.

[எழு: ஒருவர். (தொகை.) பயனி: சோரவிடல். உடற்றுபவர். (வி. 95.) சொல்லாடார் = சொல்லாதவராக. விடல். (வி. 85.)]

XVII. பாடம்.

INSINCERE FRIENDSHIP.

உண்மையற்ற நட்பு.

[மன உறுதியற்றவர் நட்பு தீது.]

101. கனவினும் இன்னாது, மன்னோ, வினைவேறு
சொல்வேறு பட்டார் தொடர்பு.

Avoid the friendship of those whose words and deeds do not agree.

[எழு: தொடர்பு. பயனி: இன்னாது. கனவினும். (வி. 63. 113.)]

[உண்மையில்லாத நட்பர் தன்னைக் கெடுத்துவிடுவார்கள்.]

102. சீரிடங் காணின் எறிதற்குப் பட்டடை
நேரா நிரந்தவர் நட்பு.

Faithless friends seek to betray.

[எழு: நட்பு. பயனி: பட்டடை. நேரா. (வி. 90 = நேராமல்.)]

[தீயோர் நட்பு மாறிப்போகும்.]

103. இனம்போன் றினமல்லார் கேண்மை, மகளிர்
Fickle and feigning friends. மனம்போல வேறு படும்.

[எழு: கேண்மை. பயனி: வேறுபடும்.]

[கல்வி எளிது; மனத்தூய்மை அரிது.]

104. பல நல்ல கற்றக் கடைத்தும் மன நல்லர்
Natural enemies will not become one's friends. ஆகுதன் மாணூர்க் கரிது.

[எழு: ஆகுதல். பயனி: அரிது. கடைத்தும்=இடத்தும். (வி.86.142.)]

[தீயோர் வணக்கங் கெடுதல்.]

105. சொல்வணக்கம் ஒன்னார்கட் கொள்ளற்க,
The bow bends to destroy: beware of feigned courtesy. வில்வணக்கந் தீங்கு குறித்தமை யான்.

[எழு: ஒருவர். (தொகை.) பயனி: கொள்ளற்க. குறித்தமையான். (வி. 94. 59.)]

XIX. பாடம்.

BENEFITS.

நன்றி.

[நல்லோர்க்குச் செய்த நன்றியின் பயன் பின்னாகவாவது வரும்.]

106. நன்றி ஒருவற்குச் செய்தக்கால் அந்நன்றி
என்று தருங்கொல், என வேண்டா:
Seek not return of benefits.
The cocoanut tree. நின்று
தளரா வளர்தெங்கு தான் உண்ட நீரைத்
தலையாலே தான் றருதலால்.

[எழு: ஒருவர். (தொகை.) பயனி: வேண்டா. இது நேரிசைவெண்பா. (வி. 189.) கொல் எ–து அசைநிலை. (வி. 116.) தளரா = தளராமல். (வி. 90.) வளர். (வி. 153.)]

[நல்லோருக்குச் செய்த நன்றி நிலைநிற்கும்.]

107. நல்லார் ஒருவருக்குச் செய்த உபகாரம்
கன்மேல் எழுத்துப் போற் காணுமே,
அல்லாத
ஈரம் இல்லா நெஞ்சத்தார்க் கீந்த உபகாரம்
நீர் மேல் எழுத்திற்கு நேர்.

Benefits conferred on the good, like engraving on stone; on others, writing on water.

[எழு: உபகாரம். பயனி: காணும், நேர் (ஆகும்.) கல் + மேல் = கன்மேல். (வி. 36.) எழுத்திற்கு = எழுத்து இன் + கு. (வி. 65.) நெஞ்சத்தார். (வி.66.93.123.) அல்லாத = ஒழிந்த. மற்றைய. (வி. 125.) நீர்மேல். (வி.63.) நேர். (வி. 131.)]

[தீயோருக்கு உபகாரஞ் செய்பவன் கெடுவான்; அவ்வுபகாரமுங் கெடும்.]

108. வேங்கை வரிப் புலிக்குத் தீர்த்த விடதாரி
ஆங்கதனுக் காகாரம் ஆனாற் போற்,
பாங்கறியாப்
புல் லறி வாளர்க்குச் செய்த உபகாரங்
கல்லின் மேல் இட்ட கலம்.

The tiger that slew the physician.

[எழு: உபகாரம். பயனி: கலம். அதனுக்கு = அது + அன் + கு. (வி. 108.) வரி = வரிகளையுடைய. (வி. 154.) தீர்த்த = (நோயைத்)தீர்த்த. ஆனாற்போல். (வி. 109.) அறியா. (வி. 91.) கலம் = கலத்தைப்போல் ஆகும். (வி. 155. 131.)]

[உபகாரஞ் செய்யாதவர் செல்வம் உபகாரஞ் செய்பவருக்கு ஆகும்.]

109. பிறர்க்குதவி செய்யார் பெருஞ் செல்வம் வேறு
பிறர்க்குதவி ஆக்குபவர் பேறும்;
பிறர்க்குதவி
செய்யாக் கருங் கடனீர் சென்று புயன் முகந்து
பெய்யாக் கொடுக்கும் பிறர்க்கு.

The wealth of the ungenerous is taken from them; the cloud takes from the sea to give to others.

[எழு: செல்வம், புயல். பயனி: ஆம், கொடுக்கும். பெய்யா. (வி. 86. (1.)) செய்யார், ஆக்குபவர், கடல், நீர். (வேற்றுமைத்தொகை. வி. 152.)

பெய்யா=பெய்து. (வி. 86. (1.)) பேறு. (வி. 96.) சென்று புயல் முகந்து பெய்யாக்கொடுக்கும் = புயலானது சென்று, மொண்டுகொண்டு பெய்து கொடுக்கும்.]

[நல்லோர் பிறர் துயரத்தைத் தமதாக எண்ணுவார்கள்.]

110. பேர்அறிஞர் தாக்கும் பிறர்துயரந் தாங்கியே,
வீரமொடு காக்க விரைகுவார்;
நேர்இழாய்!
மெய்சென்று தாக்கும் வியன்கோல் அடிதன்மேற்
கைசென்று தாங்குங் கடிது.

The wise relieve the sorrows of their neighbours. The hand wards off the blow aimed at the body.

[எழு: அறிஞர், கை. பயனி: விரைகுவார், தாங்கும். வீரமொடு. (வி. 66. 27.) விரைகுவார். (வி. 81.) பேர். (வி. 121.) இழாய், இழைக ளையுடையவளே! (வி. 64. 93.) அறிஞர். (வி. 95.) வீரமொடு. (வி. 66.) கோல் அடிதன்மேற்கைசென்று தாங்கும் = கையானது சென்று கோலி னுடைய அடியைத் தன்மேல் படும்படியாகத் தாங்கிக்கொள்ளும்.]

XX. பாடம்.

GRATITUDE.

செய் நன்றி அறிதல்.

[நல்லோர் தமக்குச் செய்த உபகாரத்தை மதிப்பது.]

111. தினைஅனைத்தே ஆயினுஞ் செய்தநன் றுண்டாற்
பனைஅனைத்தா உள்ளுவர் சான்றோர்;
பனைஅனைத்
தென்றுஞ் செயினும், இலங்கருவி நன்னாட!
நன்றில நன்றறியார் மாட்டு.

Small benefits seem great to the wise; and vice versa.

[எழு: சான்றோர், நன்று. பயனி: உள்ளுவர், இல. இலங்கு, அருவி, நல், நாட. (வி. 153. 4. 7. 93. 64.) மாட்டு. (வி. 63.)]

[நல்லோர் தமக்குச் செய்த நன்மையை நினைப்பது; தீயோர் தம்மை நிந்தித்ததை நினைப்பது.]

112. மலை நலம் உள்ளுங் குறவன்; பயந்த
விளை நிலம் உள்ளும் உழவன்; சிறந்தொருவர்
செய்த நன் றுள்ளுவர் சான்றோர்; கயந் தன்னை
வைததை உள்ளி விடும்.

Each thinks upon his own favorite place. The good upon benefits conferred on them; the bad on injuries.

[எழு: குறவன், உழவன், சான்றோர், கயம். பயனி: உள்ளும், உள்ளுவர், உள்ளி விடும். உள்ளும். (வி. 137.) கயம் = கயவன். (வி. 162.) விடும். (வி. 124. (5.))]

[சான்றோரும் இழிவோரும் உபகாரத்தையும் அபகாரத்தையும் மதிப்பது.]

113. ஒரு நன்றி செய்தவர்க் கொன்றி எழுந்த
பிழை நூறுஞ் சான்றோர் பொறுப்பர்; கயவர்க்
கெழு நூறு நன்றி செய் தொன்றுதீ தாயின்,
எழு நூறுந் தீதாய் விடும்.

One benefit atones for a hundred injuries. The base forget seven hundred benefits when one injury is inflicted.

எழு: சான்றோர், எழுநூறு. பயனி: பொறுப்பர், விடும். தீதாய். (வி. 120.)]

[நன்றி அறிபவர்க்காகிய இலாபம்.]

114. நன்கொன் றறிபவர் நாழி கொடுப்பவர்க்
கென்றும் உறுதியே சூழ்க; எறிதிரை
சென்றுலாஞ் சேர்ப்ப! அது போல நீர் போயும்
ஒன்றிரண்டாம் வாணிகம் இல்.

Slight benefits had in eternal remembrance. No merchandise like this!

[எழு: அறிபவர், வாணிகம். பயனி: சூழ்க, இல். சூழ்க. (வி. 85.) உலாம். (வி. 87. (3.)) போயும். (வி. 141. 86. (1.))]

[நன்றி அறியாதவர்க்கு உறுந்தீமை.]

115. நாடி நமர் என்று நன்குபுறந் தந்தார்க்குக்
Ingratitude and treachery like cutting off the bough on which one stands. கேடு பிறரோடு சூழல்,—கிளர் மணி
நீடு கல் வெற்ப! நினைப்பின்றித் தாம் இருந்த
கோடு குறைத்து விடல்.

[எழு: சுழல். பயனி: விடல். நன்கு. (வி. 120.) புறந்தந்தார்கு. (வி. 150.)]

XXI. பாடம்.

GRATITUDE.

செய் நன்றி அறிதல்.

[செய் நன்றியின் பெருமை.]

116. செய்யாமற் செய்த உதவிக்கு
Spontaneous benefits. வையகமும் வானகமு' மாற்றல் அரிது.

[எழு: மாற்றல். பயனி: அரிது. வையகம், வானகம். (வி. 150.) அரிது. (வி. 93. அரு.)]

[ஏற்ற காலத்திற் செய்த நன்றி.]

117. காலத்தி னாற் செய்த நன்றி, சிறிதெனினும்
Timely benefits. ஞாலத்தின் மாணப் பெரிது.

[எழு: நன்றி. பயனி: பெரிது. காலத்தினால். (வி. 137.) சிறிது, பெரிது. (வி. 93. சிறு, பெரு.) மாண. (வி. 120.) எனினும். (வி.142.)]

[பயன் நாடாமற் செய்த நன்றி.]

118. பயன் றூக்கார் செய்த உதவி,
Disinterested benefits. நயன் றூக்கி னன்மை கடலிற் பெரிது.

[எழு: நன்மை. பயனி: பெரிது. பயன்றூக்கார். (வி. 38. 152.)]

[நல்லோர் நன்றியை மதித்தல்.]

119. தினைத்துணை நன்றி செயினும்,
Small benefits estimated as large ones.
பனைத்துணையாக் கொளவர் பயன்றெரிவார்,

[எழு: பயன்றெரிவார். பயனி: கொள்வர். தினைத்துணை நன்றி. (வி. 162. 154.)]

[நன்றி செய்யப்பட்டவரால் அடையும் மேன்மை.]

120. உதவி வரைத்தன் றுதவி
Benefits conferred on the worthy take their value accordingly.
உதவி செயப்பட்டார் சால்பின் வரைத்து.

[எழு: உதவி. பயனி: வரைத்து. வரைத்து. (வி. 93.)]

[வறுமையில் உதவியவர் நட்பு மறக்கப்படாமை.]

121. மறவற்க மாசற்றார் கேண்மை!
Forget not the kindness of the pure! Forsake not the friendship of those who have befriended you in trouble!
துறவற்க துன்பத்துட் டுப்பாயார் நட்பு!

[எழு: நீ (தொகை.) பயனி: மறவற்க! துறவற்க! மறவற்க, துறவற்க. (வி. 92.) துன்பத்துட்டுப்பாயார். (வி. 63. 66. 37.) துப்பாயார் = துப்பு ஆனவர்கள். (வி. 87. (1.) 95.)]

[மறவாதது இது; மறப்பது இது.]

122. நன்றி மறப்பது நன்றன்று; நன்றல்ல
Never forget benefits. Forget injuries at once.
தன்றே மறப்பது நன்று.

[எழு: மறப்பது. பயனி: அன்று, நன்று. செயப்படு: நன்றியை, நன்றல்லதை. நன்றி. (வி. 96.)]

XXII பாடம்.

THE WISE.

அறிவுடையோர்.

[அறிவோர் வெட்டப்படும் மரத்திற்கு ஒப்பர்.]

The tree still shelters those who are cutting it down. The wise forgive and do good to those who inflict the cruelest injuries.

123. சாந்தனையுந் தீயனவே செய்திடினுந் தாம் அவரை
ஆந்தனையுங் காப்பர் அறிவுடையோர்;
மாந்தர்
குறைக்குந் தனையுங் குளிர்நிழலைத் தந்து
மறைக்கும் ஆங், கண்டீர், மரம்.

[எழு: அறிவுடையோர், மரம். பயனி: காப்பர், மறைக்கும். சாம் = சாகும். (வி. 87.) ஆம் = ஆகும். இடைக்குறை. (வி. 87. 41.) இடினும். (வி. 124. (5.) 142.)]

[தம்மைப் புகழாதவர்க்கு உதவி செய்வது.]

The good confer benefits on those who do not continually flatter them. Does the hand serve the tongue for praise?

124. என்று முகமன் இயம்பா தவர் கண்ணுஞ்
சென்று, பொருள் கொடுப்பார் தீதற்றோர்;
துன்று சுவை,—
பூவிற் பொலிகுழலாய்! பூங்கை புகழவோ,
நாவிற் குதவு நயந்து?

[எழு: தீதற்றோர், பூங்கை. பயனி: கொடுப்பார், உதவும். கண்ணும். (வி. 83. 113.) பூங்கை (பூ + கை.) (வி. 41. 121.) புகழவோ. (வி. 140. 112.)]

[நல்லோர் பிரகாசிக்குந் திங்களுக்கு ஒப்பர்.]

125. தங்குறைதீர் வுள்ளார், தளர்ந்து பிறர்க்குறூஉம்
வெங்குறைதீர்க் கிற்பார் விழுமியோர்;
திங்கள்
கறைஇருளை நீக்கக் கருதா துலகின்
நிறைஇருளை நீக்கு’மே னின்று.

The good forget their own while they seek to alleviate others' sorrows. The moon does not remove its own spots.

[எழு: விழுமியோர், திங்கள். பயனி: தீர்க்கிற்பார், நீக்கும். தீர்வு. (வி. 94.) உறூஉம். (வி. 40.) தீர்க்கிற்பார் = தீர்ப்பார். (வி. 108.) உலகி னிறை. (வி. 40.) மேனின்று. (வி. 39.)]

[வறுமையை நீக்குவர் நல்லோர்.]

126. தம்மையுந் தங்க டலைமையும் பார்த்துயர்ந்தோர்
தம்மை மதியார், தமை அடைந்தோர்
தம்மின்
இழியினுஞ் செல்வர் இடர்தீர்ப்பர்; அல்கு
கழியினுஞ்செல் லாதோ கடல்?

The good do not overestimate themselves and their position; but seek to serve those below them. The sea pours its waters even into the little creek.

[எழு: உயர்ந்தோர், செல்வர், கடல். பயனி: மதியார், தீர்ப்பர், செல லாதோ. தங்கடலைமையும் = தங்களுடைய தலைமையையும். (வி. 37.) தமை = தம்மை. (வி. 41.)]

[நல்லோர் தமக்கென்று பொருள் பேணுமை.]

127. எள்ளா திருப்ப இழிஞர்போற் றற்குரியர்;
விள்ளா அறிஞர் அது வேண்டாரே;
தள்ளாக்
கரைகாப் புளதுநீர் கட்டுகுளம், அன்றிக்
கரைகாப் புளதோ கடல்?

The mean always vindicate their own reputation. Not so the wise. The tank needs a firm bank; not so the sea.

[எழு: இழிஞர், அறிஞர், குளம், கடல். பயனி: உரியர், வேண்டார். உளது, உளதோ. இருப்ப. (வி. 86.) கட்டு. (வி. 153.) கரைகாப்பு. (வி. 154.) உளது. (வி. 41. 125.) விள்ளா, தள்ளா. (வி. 91.) போற்றற் குரியர் = போற்றுவதற்கு மிகவுங் கவலைப்படுவோர்கள்.]

XXIII பாடம்.

GREATNESS.

பெருமை.

[பெருமை வரும் வகை.]

128. பிறப்பொக்கும் எல்லா உயிர்க்கும்;
சிறப்பொவ்வா செய் தொழில் வேற்றுமை யான்.

By BIRTH equal. By deeds unequal.

[எழு: பிறப்பு, சிறப்பு. பயனி: ஒக்கும், ஒவ்வா. ஒக்கும், ஒவ்வா. (வி. 125.)]

[பெருமையின் இயல்பு.]

129. மேல் இருந்து' மேல் அல்லார் மேல் அல்லர்; கீழ் இருந்துங்
கீழ் அல்லார் கீழ் அல் லவர்.

The base not made great by being exalted; and vice versa.

[எழு: மேல்லல்லார், கீழல்லார். பயனி: அல்லர், அல்லவர்.]

[பெருமையுடையவருக்கு உரிய செயல்.]

130. பெருமை உடையவர் ஆற்றுவார் ஆற்றின்
அருமை உடைய செயல்.

The great will do great actions.

[எழு: உடையவர். பயனி: ஆற்றுவார். செயல். (வி. 152) = செயல் களை.]

[சிறியார் பெரியோரை இகழ்தல்.]

131. சிறியார் உணர்ச்சியுள் இல்லைப்
பெரியாரைப் பேணிக்கொள் வேம் என்னு' நோக்கு.

The mean do not cultivate and imitate the great.

[எழு: நோக்கு. பயனி: இல்லை. கொள்வேம். (வி. 77. 83.)]

[பெருமைக்குஞ் சிறுமைக்கும் உற்ற விகற்பம்.]

Greatness submits. Littleness exalts itself.

132. பணியும் ஆம் என்றும் பெருமை; சிறுமை
அணியும் ஆந் தன்னை வியந்து.

[எழு: பெருமை, சிறுமை. பயனி: பணியும், அணியும். ஆம் இரண்டும் அசை நிலைகள். (வி. 116.) பெருமை, சிறுமை. (வி. 162. (5.)]

[இதுவும் அது.]

Greatness is freedom from vanity; and vice versa.

133. பெருமை பெருமிதம் இன்மை; சிறுமை
பெருமிதம் ஊர்ந்து விடல்.

[எழு: பெருமை, சிறுமை. பயனி: இன்மை, விடல்.]

XXIV பாடம்.

INSTABILITY OF WORLDLY GOOD.

செல்வ நிலையாமை.

[செல்வ நிலையாமைக்கு உதாரணம்.]

To day he dines luxuriously. To-morrow he begs. Is wealth any thing?

134. அறு சுவை உண்டி அமர்ந்தில்லாள் ஊட்ட
மறு சிகை நீக்கி உண் டாரும்
வறிஞராய்ச்
சென்றிரப்பர் ஓரிடத்துக் கூழ் எனிற் செல்வம் ஒன்
றுண்டாக வைக்கற் பாற் றன்று.

[எழு: செல்வம். பயனி: அன்று. அறு. (வி. 159.) வறிஞர் = வறி-ஞ்-அர். ஞகரம் இடைநிலை. (வி. 93. வறு.) இடத்து. (வி. 63.) பாற்று = பாலையுடையது. (வி. 93. பால் + து.)]

[செல்வம் சகடக்காலுக்கு ஒப்பிடல்.]

135. துகடீர் பெருஞ் செல்வந் தோன்றியக்காற் றொட்டுப்
பகடு நடந்த கூழ் பல்லாரோ டுண்க;
அகடுற யார் மாட்டு' நில்லாது செல்வம்
சகடக் கால் போல வரும்.

Feast with many guests! Prosperity like a cart wheel.

[எழு: ஒருவன் (தொகை), செல்வம். பயனி: உண்க, வரும். யார் மாட்டும். (வி. 63.) துகள், தீர். (வி. 37. 153.)]

[செல்வம் நில்லாதென்று அறிந்து அறஞ் செய்வது.]

136. நின்றன நின்றன நில்லா என உணர்ந்
தொன்றின ஒன்றின வல்லே செயிற் செய்க;
சென்றன சென்றன வாழ்நாள், செறுத்துடன்
வந்தது வந்தது கூற்று.

Do your duty, knowing the instability of all things. Time flies! Death comes!

[எழு: ஒருவர் (தொகை), வாழ்நாள், கூற்று. பயனி: செய்க, சென்றன, வந்தது.

[செல்வம் இறந்தபின் உதவாது.]

137. இழைத்த நாள், எல்லை இகவா, பிழைத்தொரீஇக்
கூற்றங் குதித்துய்ந்தார் ஈங்கில்லை;
ஆற்றப்
பெரும் பொருள் வைத்தீர், வழங்குமி னாளைத்
தழீஇந் தழீஇந் தண்ணம் படும்.

Death certain. No escape. Spend your wealth and not hoard it. The death-drum will sound to-morrow.

[ஒரீஇ. (வி. 79.) இகவா. (வி. 86. (1.)) வைத்தீர் = வைத்தவர்களே. (வி. 95.)]

[செல்வத்தை மின்னுக்கு ஒப்பிடல்.]

138. "செல்வர் யாம்" என்று தாஞ் செல்வுழி எண்ணாத
புல் லறி வாளர் பெருஞ்செல்வம்
எல்லிற்
கருங்கொண்மூ வாய்திறந்த மின்னுப்போற் றோன்றி
மருங்கறக் கெட்டு விடும்.

Wealth like the lightning in a black cloud.

[எழு: செல்வம். பயனி: விடும். செல்வுழி. (செல், வ், உழி. (வி. 63. 153.) புல். (வி. 119.)]

[உலோபியினுடைய செல்வங் கெடுதல்.]

139. உண்ணான், ஒளிநிறான், ஓங்கு புகழ்செய்யான்,
துன்னருங் கேளிர் துயர்களையான்,
கொன்னே
வழங்கான், பொருள்காத் திருப்பான் ஏல், அ ஆ!
இழந்தான் என் றெண்ணப் படும்.

The wealth of the man who renders no assistance to others will perish.

[எழு: அவன் (தொகை.) பயனி: படும். உண்ணான். (வி. 89.) புகழ். (வி. 162. காரிய ஆகுபெயர்.) துன், அருங்கேளிர். (வி. 153. 121.)]

XXV பாடம்.

INSTABILITY OF PROSPERITY.

நிலையாமை.

[வழங்காதானைத் தேனீக்கு ஒப்பிடல்.]

140. உடா அதும் உண்ணாதுந் தம்முடம்பு செற்றுங்
கெடா அத நல்லறமுஞ் செய்யார்,
கொடா அது
வைத்தீட்டி னார்இழப்பர்;—வான்றோய் மலைநாட!
உய்த் தீட்டுந் தேனீக்கரி.

The wealth of the miser will be forfeited. The honey-bee.

[எழு: ஈட்டினார், தேனீ. பயனி: இழப்பர், கரி. தேனீ. (வி. 152.)]

[வாலிபம் நிலையாமை.]

141. நரை வரும் என்றெண்ணி நல்லறி வாளர்
குழவி இடத்தே துறந்தார்;
புரை தீரா
மன்னா இளமை மகிழ்ந்தாரே கோல் ஊன்றி
இன்னாங் கெழுந்திருப் பார்.

The wise anticipating grey hairs practice virtue from their youth. Others find old age a burden.

[எழு: அறிவாளர், மகிழ்ந்தாரே. பயனி: துறந்தார், இருப்பார். தீரா, மன்னா. (வி. 91.)]

[நிலையாத பொருள்மீது அறிஞர் மகிழாமை.]

142. வெறி அயர் வெங்களத்து, வேன் மகன் பாணி
முறி ஆர் நறுங் கண்ணி முன்னர்த் தயங்க
மறிகுள குண்டன்ன மன்னா மகிழ்ச்சி
அறிவுடை யாளர் கண் இல்.

The sheep led to slaughter with gay garlands. Foolish levity.

[எழு: மகிழ்ச்சி. பயனி: இல்.]

[தேகம் நிலையாமை.]

143. பருவம் எனைத்துள? பல்லின்பால் ஏனை?
இரு சிகையும் உண்டரோ? என்று,
வரிசையால்
உண்ணாட்டங் கொள்ளப் படுதலால் யாக்கைக் கோள்
எண்ணார் அறிவுடையார்.

The body, concerning which such inquiries are made, is not relied on by the wise.

[எழு: அறிவுடையார். பயனி: எண்ணார்.]

[நிலையாமை காரணமாய் அறன்வலி உறுத்தல்.]

144. "மற்றறிவா' நல்வினை, யாம் இளையம்," என்னாது
கைத்துண்டாம் போழ்தே கரவா தறஞ்செய்ம்மின்;—
முற்றி இருந்த கனி ஒழியத் தீவளியால்
நற்காய் உதிர்தலும் உண்டு.

Don't rely on your youth and procrastinate. The green fruit falls as well as the ripe when the tempest blows.

[எழு: நீர் (தொகை), உதிர்தல். பயனி: செயம்மின், உண்டு. இளையம். (வி. 93.)]

[மரணம் வரும் என்றறிந்து அறஞ் செய்க.]

145. ஆட்பார்த் துழலும் அருளில்கூற் றுண்மையால்,
தோட்கோப்புக் காலத்தாற் கொண்டுய்ம்மின்;
பீட் பிதுக்கிப்
பிள்ளையைத் தாய் அலறக் கோடலான், மற்றதன்
கள்ளங் கடைப்பிடித்த னன்று.

Death wanders about taking old and young. Perform virtuous acts betimes.

[எழு: நீர் (தொகை), பிடித்தல். பயனி: உயம்மின், நன்று.]

XXVI பாடம்.

INSTABILITY (OF WORDLY THINGS.)

நிலையாமை.

[பிரபஞ்ச நிலையாமை.]

146. நில்லா தவற்றை நிலையின என்றுணரும்
புல்லறி வாண்மை கடை.

Foolishness to call unstable things stable.

[எழு: புல்லறிவாண்மை. பயனி: கடை. நில்லாதவற்றை. (வி. 95.) நிலையின. (வி. 93.)]

[செல்வம் நாடக சபைக்கு ஒப்பெனல்.]

147. கூத்தாட் டவைக் குழாத் தற்றே, பெருஞ் செல்வம்
போக்கும் அது விளிந் தற்று.

Prosperity like an assembly. Its loss like the dispersion of the crowd.

[எழு: செல்வம், போக்கும். பயனி: அற்றே, அற்று. பெருஞ்செல்வம் (வருதல்) கூத்தாடுதல் செய்கின்ற சபையினிடத்தே கூட்டம் வருதல் போலும். குழாத்தற்றே [குழாம், அத்து, அற்றே.] (வி. 66. 109.)]

[ஒவ்வொரு நாளும் ஆயுளைக் குறுக்கும்.]

148. நாளென ஒன்றுபோற் காட்டி, உயிர் ஈரும்
வாள துணர்வார்ப் பெறின்.

What is called a "day" is a saw to cut human life.

[எழு: நாள். பயனி: வாளது.]

[மரணம் வரு முன்னே அறஞ் செய்க.]

149. நாச்செற்று விக்குள்மேல் வாரா முன்னல்வினை
மேற்சென்று செய்யப் படும்.

Before the tongue dries up and the death-rattle is heard, do virtuous deeds.

[எழு: நல்வினை. பயனி: செய்யப்படும்.]

[உலகத்தின் பெருமை நிலையாது.]

150. நெருநல் உளன் ஒருவன், இன்றில்லை, என்னும்
பெருமை உடைத்திவ் வுலகு.

Here to-day, gone to-morrow!

[எழு: உலகு. பயனி: உடைத்து.]

[நிலையாத மாந்தரின் பேதைமை.]

151. ஒருபொழுதும் வாழ்வ தறியார்;
கருதுப கோடியும் அல்ல பல.

Not certain of a day. They meditate a million things.

[எழு: மனிதர் (தொகை.) பயனி: அறியார். கருதுப. கோடி அள வும் அன்றி அதனிலும் பலவற்றை. கருதுப. (வி. 81.)]

[உயிர் உடம்பை விடுதல்.]

152. குடம்பை தனித்தொழியப் புட்பறந் தற்றே,
As the bird leaves the shell so the soul the body. உடம்போ டுயிரிடை நட்பு.

[எழு: நட்பு. பயனி: அற்றே. புள். (வி. 34.) உயிரிடை. (வி. 63.)]

[உயிர் வாழ்க்கை இரவற் குடி எனல்.]

153. புக்கில் அமைந்தின்று கொல்லோ, உடம்பினுட்
No settled home yet found for the spirit; so it dwells in the body as in a lodging. டுச்சில் இருந்த உயிர்க்கு?

[எழு: புக்கில். பயனி: இன்றுகொல்லோ. புக்கில் அமைந்தின்று கொல்லோ = என்றும் உள்ள வீடு இல்லையோ?]

XXVII பாடம்.

INSTABILITY OF THE BODY.

சரீர நிலையாமை.

[நிலையாமையை நல்லோர் மதிப்பது.]

154. எல்லாப் படியாலும் எண்ணினல் இவ்வுடம்பு
பொல்லாப் புழு மலி நோய்ப் புன் குரம்பை;
The body justly estimated by the wise. நல்லார்
அறிந்திருப்பார், ஆதலினல் ஆங் கமல' நீர் போற்
பிறிந்திருப்பார், பேசார் பிறர்க்கு.

[எழு: உடம்பு, நல்லார். பயனி: குரம்பை, இருப்பார், பேசார். புழு மலி நோய் புன் குரம்பை. (வி. 157. 153.)]

[வயிற்றின் வாழ்க்கை.]

155. "ஒருநாள் உணவை ஒழி" என்றால் ஒழியாய்;
"இருநாளைக் கேல்" என்றால் ஏலாய்;
ஒருநாளும்
என்னோ வறியாய்; இடும்பை கூர் என் வயிறே!
உன்னோடு வாழ்தல் அரிது.

The stomach requires daily food.

[எழு: வாழ்தல். பயனி: அரிது. கூர். (வி. 153.)]

[நிலையாமையைத் தீயோர் எண்ணாமை.]

156. இற் சார்வின் ஏமாந் தேம், ஈங்கமைந்தேம், என்றெண்ணிப்
பொச்சாந் தொழுகுவர் பேதையார்;
அச்சார்வு
நின்றன போன்று நிலையா என உணர்ந்தார்
என்றும் புரிவதிலர்.

The foolish make themselves at home. The wise know it is a vain show.

[எழு: பேதையார், உணர்ந்தார். பயனி: ஒழுகுவர். இலர். பரிவதிலர். (வி. 95. 125. பரிவது + இலர்.)]

[நிலையாமைக்கு உதாரணம்.]

157. மலை மிசைத் தோன்று மதியம் போல் யானைத்
தலை மிசைக் கொண்ட குடையர்
நில மிசைத்
துஞ்சினார் என் றெடுத்துத் தூற்றப்பட் டார், அல்லால்
எஞ்சினார் இவ்வுலகத் தில்,

The most exalted die. None escape.

[எழு: குடையர், எஞ்சினார். பயனி: பட்டார், இல். மலைமிசை. (வி. 63.) குடையர். (வி. 93.)]

[நிலையாமை காரணமாக அறன்வலி உறுத்தல்.]

158. வாழ்நாட் ’கல ’காய் வயங்’கொளி மண்டிலம்
வீழ்நாள் படாஅ ’தெழுதலால்,
வாழ்நாள்
உலவாமுன் ஒப்புர ’வாற்றுமின், யாரும்
நிலவார் நில’மிசை மேல்.

The sun rises daily, measuring off our days. Do virtuous deeds. None remain on the earth!

[எழு: நீர் (தொகை), யாரும். பயனி: ஆற்றுமின், நிலவார். நாட்கு = நாளுக்கு. வயங்கொளி. (வயங்கு, ஒளி.) வி. 153. நிலவார் = நிலையார். (இதில் நிலை என்னும் பகுதிக்குப்பதிலாக நில என்பது வந்தது.)]

[நிலையாமைக்குச் சிறந்த உதாரணம்.]

159. மன்றங் கறங்க மணப்பறை ஆயின ,
அன்’றவர்க் ’காங்கே பிணப்பறையாய்ப்
பின்றை
ஒலித்தலும் உண்டாம் என் ’றுய்ந்து போம் ஆறே
வலிக்குமா’ மாண்டார் மனம்.

The wedding drum sounds that very day for the dead. The excellent seek for the way of deliverance.

[எழு: மனம். பயனி: வலிக்கும். செயப்படு: ஆற்றை. ஆம், அசைநிலை.]

XXVIII பாடம்.

INSTABILITY.

நிலையாமை.

[சரீர நிலையாமைக்கு உதாரணம்.]

160. சென்றே எறிப ஒருகால்; சிறுவரை
நின்றே எறிப பறையினை;
நன்றே காண்!
முக்காலைக் கொட்டினுள் மூடித்தீக் கொண்டெழுவர்
சேத்தாரைச் சாவார் சுமந்து.

Those who shall die bear the dead.

[எழு: அவர் (தொகை), சாவார். பயனி: எறிப, எழுவர். எறிப. (வி. 83.) பறையினை. (வி. 65.) கொட்டினுள். (வி. 63.)]

[இதுவும் அது.]

161. கணங்கொண்டு சுற்றத்தார் கல்லென் றலறப்
பிணங்கொண்டு காட்டுய்ப்பார்க் கண்டும்,
மணங்கொண்டீண்
டுண்டுண் டுண் டென்னும் உணர்வினாற், சாற்றுமே
தொண் டொண் டொ டென்னும் பறை.

Though men see the procession to the burning ground, they think domestic happiness is real. The drum tells them the truth.

[எழு: பறை. பயனி: சாற்றும். உணர்வினன் = புல்லறிவாளனுக்கு. (வி. 152.) தொண்டொண்டொடு என்பன ஒலிக்குறிப்பாகிய அடுக்கு மொழிகள்.)]

[சரீர நிலையாமை காரணமாக அறன்வலி உறுத்தல்.]

162. புன்னுனிமே னீர்போ னிலையாமை என்றெண்ணி,
இன்னினியே செய்க அறவினை!
இன்னினியே
நின்றான் இருந்தான் கிடந்தான்றன் கேள் அலறச்
சென்றான் எனப்படுத லான்.

Now do virtuous deeds; for he, who but now was, has fallen and passed away from amidst his weeping friends.

[எழு: ஒருவன் (தொகை.) பயனி: செய்க. செயப்படு: அறவினையை. புன்னுனிமேனீர் போனிலையாமை = புல் நுனி மேல் நீர் போல் நிலையாமை. (வி. 39.) எனப்படுதலான். (வி. 124. (1.))]

[தேகத்தைப் பறவைக் கூட்டுக்கு ஒப்பிடல்.]

163. கேளாதே வந்து, கிளைகளாய் இற்றோன்றி,
வாளாதே போவரான், மாந்தர்கள்
வாளாதே
சேக்கை மரன்ஒழியச் சேணீங்கு புட்போல
யாக்கை தமர்க்கொழிய நீத்து.

Like birds that leave the tree where their nest was, man leaves his body.

[எழு: மாந்தர்கள். பயனி: போவர். இற்றோன்றி = வீட்டில் தோன்றி. (வி. 152. 38.) மரன் = மரம். (வி. 17.) 152 பாட்டையுங் காண்க.]

[தேக நிலையாமை காரணமாக அறன்வலி உறுத்தல்.]

164. கொள்ளுங் கொடுங் கூற்றங் கொல்வான் குறுகுதன் முன்
உள்ளங் கனிந்தறஞ்செய் துய்கவே!
வெள்ளம்
வருவதற்கு முன்னர் அணைகோலி வையார்
பெருகுதற்கண் என்செய்வார்? பேசு!

Perform virtuous actions before death comes. Before the torrent comes if the dam has not been constructed what can be done after?

[எழு: நீவிர் (தொகை), வையார். பயனி: உய்க, செய்வார். கொடும். (வி. 121.) கொல்வான் = கொல்லும் பொருட்டு, இது எதிர்கால வினைஎச்சம். (வி. 86.) குறுகுதல், பெருகுதல். (வி. 94. 63.) உய்க. (வி. 85.)]

[சாகும் வேளை நிச்சயமில்லாமையால் தாமதமின்றி அறஞ் செய்க.]

165. இளையம், முது தவம் ஆற்றுது' நோற்றென்
றிளைவின்று கண்பாடும் ஊழே,
விளிவின்று
வாழ்நாள் வரம்புடைமை காண்பரேல்; காண்பாருந்
தாழாமே நோற்பார் தவம்.

If one knew that he had so long to live, procrastination might be right. Those who rightly, number their days delay not.

[எழு: கண்பாடு, காண்பார். பயனி: ஊழ(ாகும்), நோற்பார், இளையம். (வி. 93.) முது = முதுமையிலே ஆற்றுதும் நோற்று = நோற்று ஆற்றுதும். (வி. 83. 77.) தாழாமே = தாழாமல். 144 பாட்டையுங் காண்க. இன்று = இன்றி.]

XXIX பாடம்.

THE BODY.

உடம்பு.

[உடம்பின் மேன்மை.]

166. மாக்கேழ் மடநல்லாய் என்ற'ரற்றுஞ் சான்றவர்
நோக்கார்கொ லொ'ய்யதோர் புக்கிலே?
யாக்கைக்கோர்
ஈச் சிறக'ன்னதோர் தோல் அறினும், வேண்டுமே
காக்கை கடிவதோர் கோல்.

So frail is the body! Do not those who laud the beauty of women regard this?

[எழு: சான்றவர், கோல். பயனி: நோக்கார் கொல், வேண்டும். செயப்படு: புக்கிலே. ஈச்சிறகன்ன = ஈயினது சிறகு போன்றது. கொல் = ஐயப்பொருளில் வந்த இடைச்சொல். (வி. 116.) கடிவது = ஓட்டுவதற்கு.]

[உடம்பின் தளர்ச்சி.]

167. கொன்னே கழிந்தன் றிளமையும், இன்னே
Youth passed away in vain. Disease and old age will come! Unreflecting soul, why not seek the way of peace?
பிணியொடு மூப்பும் வரும்ஆல்,
துணிவொன்றி
என்னொடு சூழா தெழு நெஞ்சே! போதியோ
நன்னெறி சேர நமக்கு?

[எழு: நீ. பயனி: போதியோ. போதியோ. (வி. 83.)]

[தேகம் அழிந்தாலும் பாவஞ் செய்யற்க.]

168. தான்கெடினுந் தக்கார்கே டெண்ணற்க; தன்னுடம்பின்
Never desire evil, nor eat with improper persons, nor lie even to gain the whole world.
ஊன்கெடினும் உண்ணார்கைத் துண்ணற்க;
வான் கவிந்த
வையகம் எல்லாம் பெறினும் உரையற்க
பொய்யோ டிடைமிடைந்த சொல்!

[எழு: ஒருவன் (தொகை.) பயனி: எண்ணற்க, உண்ணற்க, உரையற்க. செயப்படு: கேட்டை, கைத்தை, சொல்லை.]

[காலையே அறத்தைச் செய்க.]

169. காலைச்செய் வோம் என் றறத்தைக் கடைப்பிடித்துச்
சாலச்செய் வாரே தலைப்படுவார்;
In the morning (of life) practise virtue!
மாலை
கிடந்தான் எழுதல் அரிதான்; மற் றென்கொல்,
அறங் காலைச் செய்யாத ஆறு?

[எழு: செய்வாரே, ஆறு. பயனி: தலைப்படுவார், என். காலை=காலையிலே. (வி. 152.)]

[நாள் கழிவு காரணமாக அறன்வலி உறுத்தல்.]

170. சென்ற நாள் எல்லாஞ் சிறுவிரல் வைத் தெண்ணலாம்;
நின்ற நாள் யார்க்கும் உணர்வரி
தென் றொருவன்
நன்மை புரியாது நாள் உலப்ப விட்டிருக்கும்
புன்மை பெரிது, புறம்.

Past days how few! Time to come how uncertain! Why kill one's time!

[எழு: புன்மை. பயனி: பெரிது. எண்ணலாம். (வி. 124. (4.)) புறம், அதிலும் பெரிதொன்றும் இல்லை.]

[அறத்தைப் பூரணமாகச் செய்தல்.]

171. பட்ட வகையாற் பலரும் வருந்தாமற்
கட்டுடைத் தாகக் கருதிய நல்லறம்;—
முட்டுடைத் தாக இடை தவிர்ந்து வீழ்தலில்
நட்டாறுன் ஆதலே நன்று.

Do well what you have determined. To do imperfectly is worse than planting and not reaping.

[நல்லறம் = நல்லறத்தைச் செய்வாயாக. நட்டாறுன் = பயிரை நட்டு அதன் பலனை அறுதவன்.)]

XXX பாடம்.

INSTABILITY (OF WORLDLY THINGS.)

நிலையாமை.

[முன்னோர் எங்கே? பொருள் என்ன?]

172. இன்றி அமையா இருமுது மக்களும்
பொன்றினமை கண்டும் பொருள்பொருளாக் கொள்பவோ?
ஒன்றும் வகையான் அறஞ்செய்க, ஊர்ந்துருளிற்
குன்று வழிதடுப்ப தில்.

Where are our ancestors? Is worldly good any thing? Can you stay the rolling mountain?

[எழு: ஒருவர், நீ (தொகை), தடுப்பது. பயனி: கொள்பவோ, செய்க, இல். கொள்பவோ. (வி. 83. 112.)]

[சாவுவேளை வரு முன் நல்வினை செய்க.]

173. மாய்வதன் முன்னே வகைப்பட்ட நல்வினையை
Before death do good. No time after.
ஆய்வின்றிச் செய்யாதார் பின்னை வழி நினைந்து,
நோய் காண் பொழுதின் அறஞ் செய்வார்க் காணுமை,
நாய் காணிற் கற் காணு ஆறு.

[எழு: காணுமை. பயனி: ஆறு. காணுமை, அவ்வழியைக் காணும விருக்குந் தன்மையானது.)]

[இறந்தபின் செல்வம் உதவாது.]

174. பாடுபட்டுத் தேடிப் பணத்தைப் புதைத்து வைத்துக்
கேடுகெட்ட மானிடரே, கேளுங்கள்!
Who will enjoy the wealth you have stored up?
கூடுவிட்டிங்
காவிதான் போயினபின் யாரே அனுபவிப்பார்,
பாவிகாள்! அந்தப் பணம்?

[எழு: நீர், யாரே. பயனி: கேளுங்கள், அனுபவிப்பார். செயப்படு: பணத்தை. யாரே. (வி. 111. (6.)) பாவிகாள். (வி. 64.) போயின = போன. (வி. 82.)]

[செல்வநிலையாமை காரணமாக அறன்வலி உறுத்தல்.]

175. ஆற்றிடு மேடு மடுவும்போல் ஆஞ்செல்வம்,
Wealth comes and goes. Be charitable. That only will prevail.
மாறிடும், ஏறிடும்; மா நிலத்தீர்!
சோறிடுந்,
தண்ணீரும் வாரும்; தருமமே சார்பாக
உண்ணீர்மை வீறும் உயர்ந்து.

[எழு: செல்வம், நீர் (தொகை), உண்ணீர்மை. பயனி: ஆம், மாறிடும், ஏறிடும், சோறிடும், வாரும், வீறும்.)]

[திருத்தி அடையாத மனது வாழ்வதரிது.]

176. பெற்ற சிறுகப் பெறாத பெரிதுள்ளஞ்
சிற்றுயிர்க் காக்கம் அரிதம்மா!
முற்றும்
வாவர வாய்மடுத்து, வல்விராய் மாய
எரிதழன் மாயா திரா.

Happiness hard to obtain by the mind never satisfied. The fire must die when the fuel is consumed.

[எழு: ஆக்கம், தழல். பயனி: அரிது, இரா. பெற்ற = பெற்றவைகளை. பெறாத = பெறாதவைகளை. (வி. 95. 152.) சிறுக, பெரிது = சிறியவைகள் என்றும், பெரியவைகள் என்றும். சிற்றுயிர்க்கு. (வி. 121.)]

[ஈயாதார் செல்வத்தினுந் தரித்திரம் நல்லது.]

177. வள்ளன்மை இல்லாதான் செல்வத்தின் மற்றையோன்
நல்குரவே போலு' நனிநல்ல, கொன்னே,
"அருளிலன்," "அன்பிலன்," "கண்ணறையன்" என்று
பலரால் இகழப் படான்.

Better poverty than the riches of the miser. The poor man at least escapes reproaches.

[எழு: நல்குரவு, இவன் (தொகை.) பயனி: நல்ல, இகழப்படான். மற்றவன் இகழப்படுவான். நன். 399. வள்ளன்மை = ஈகைத்தன்மை. (வி. 94.)]

XXXI பாடம்.

COVETOUSNESS.

வெஃகாமை.

[வெஃகுதலினால் ஆய தீமை.]

178. நடுவின்றி நன்பொருள் வெஃகிற்,
குடிபொன்றிக் குற்றமும் ஆங்கே தரும்.

Covetousness ruins the race.

[எழு: வெஃகுதல் (தொகை.) பயனி: தரும். செயப்படு: குற்றத்தை.]

[நல்லோர் வெஃகார்.]

179. படுபயன் வெஃகிப் பழிப்படுவ செய்யார்
நடுவன்மை நாணு பவர்.

Those who dread shame do not dishonorable things through covetousness.

[எழு: நாணுபவர். பயனி: செய்யார். படு. (வி. 153.) அன்மை= அல் + மை. (வி. 94.)]

[பேரின்பமடைதற்கு விடுவதிது.]

180. சிற்றின்பம் வெஃகி, அறனல்ல செய்யாரே
மற்றின்பம் வேண்டு பவர்.

They who desire eternal pleasures do not commit sin thro' love of earthly pleasure.

[எழு: வேண்டுபவர். பயனி: செய்யாரே.]

[வறுமையினால் வெஃகுதல் ஆகாது.]

181. இலம்என்று வெஃகுதல் செய்யார்,
புலம்வென்ற புன்மையில் காட்சி யவர்.

They who have overcome their senses do not covet through poverty.

[எழு: காட்சியவர். பயனி: செய்யார். காட்சியவர். (வி. 93.) இலம். (வி. 93. 125.)]

[அறிவுக்குப் பயன் இவை.]

182. அஃகி அகன்ற அறிவென்னாம், யார்மாட்டும்
வெஃகி வெறிய செயின்?

What avails knowledge, if covetousness prevails?

[எழு: அறிவு. பயனி: என்னாம்?]

[பிறர் பொருளை விரும்புதலின் குற்றம்.]

183. வேண்டற்க வெஃகிஆம் ஆக்கம்; விளை வயின்
மாண்டற் கரிதாம் பயன்.

Covet not. The fruits are rarely good.

[எழு: நீ, பயன். பயனி: வேண்டற்க, அரிதாம். விளைவயின். (வி. 153.) வேண்டற்க. (வி. 92.)]

XXXII பாடம்.

EVIL DESIRES.

ஆசையறுத்தல்.

[ஆசையின்மையின் பயனும் அது வரும் வழியும்.]

184. தூஉய்மை என்ப தவாவின்மை; மற்றது
வாஅய்மை வேண்ட வரும்.

This is purity. It comes from truth.

[வேண்ட. (வி. 140.) (4.)]

[பாவமில்லாதவர் இன்னர் என்பது.]

185. அற்றவர் என்பார் அவா அற்றார்; மற்றையார்
அற்றாக அற்ற திலர்.

Those only free from guilt, who are free from evil desires.

[எழு: அவா அற்றார், மற்றையார். பயனி: என்பார், இலர். அற்றவர் = துன்பமற்றவர். என்பார் = எனப்படுவோர். (வி. 157. w.)]

[அவாவின் குற்றம். அதைக் காப்பதே அறன்.]

186. அஞ்சுவ தோரும் அறனே, ஒருவனை
வஞ்சிப்ப தோரும் அவா.

Evil desires to be guarded against. They deceive.

[எழு: அஞ்சுவது, அவா. பயனி: அறனே(யாம்), வஞ்சிப்பத(ாகும்.) ஒரும், அசைச்சொல். அறன் = அறம். (வி. 17.)]

[அவாவே துன்பத்திற்குக் காரணம்.]

187. அவா வில்லார்க் கில்லாகுந் துன்பம், அஃ துண்டேல்
தவாஅது மேன்மேல் வரும்.

Sorrow the fruit of desire.

[எழு: துன்பம். பயனி: இல்லாகும், வரும்.]

[அவாவின்மை இம்மையிலும் நன்மையைத் தரும்.]

188. இன்பம் இடையறு தீண்டும், அவா என்னுந்
துன்பத்துட் டுன்பங் கெடின்.

Even here when desires cease pleasure is the result.

[எழு: இன்பம். பயனி: அறுது. துன்பத்துட்டுன்பம் = மிகுதியான துன்பம். (வி. 37.)]

XXXIII பாடம்.

MODESTY.

அடக்கம்.

[கல்வியின் இலட்சணம் அடக்கம்.]

189. முற்றும் உணர்ந்தவர் இல்லை; "முழுவதூஉங்
கற்றனம்" என்று களியற்க:
சிற்றுளியாற்
கல்லுத் தகருந்; தகரா,—கனங்குழாய்!
கோல்லுலைக் கூடத்தி னால்.

There are none who know every thing. Be modest. The chisel and the sledge-hammer.

[எழு: உணர்ந்தவர், நீர், கல்லு. பயனி: இல்லை, களியற்க, தகரும், தகரா. கற்றனம். (வி. 83.) களியற்க. (வி. 93.) சிற்றுளியால். (வி. 121.) குழாய் = குழையையுடையவளே! (வி. 64. 93.)]

[தமது கல்விக்கு இன்னாரை ஒப்பிட வேண்டும்.]

190. தம்மின் மெலியாரை நோக்கித் தமதுடைமை,
அம்மா, பெரிதென் றகமகிழ்க;
தம்மினுங்
கற்றாரை நோக்கிக் கருத்தழிக, கற்றதெல்லாம்
எற்றே இவர்க்குநாம் என்று.

Compare yourself not with those below you, but with those above.

[எழு: நீர் (தொகை.) பயனி: மகிழ்க, அழிக. கற்றதெல்லாம் ... நாம் = நாங் கற்றது முழுதும்.]

[தமது நிறையைத் தாமே வியத்தலுந்தீது.]

191. விலக்கிய ஓம்பி, விதித்தனவே செய்யு'
Virtue becomes evil when a man makes a boast of it.
நலத்தகையார் நல்வினையுந் தீதே, "புலப்பகையை
வென்றன', நல்லொழுக்கி னின்றேம்" பிற என்று
தம்பாடு தம்மிற் கொளின்.

[எழு: நல்வினை. பயனி: தீது. பிற, அசைச்சொல். (வி. 116.)]

[பிறரால் நன்கு மதிக்கப்படுவதற்கு உபாயம்.]

192. பிறராற் பெருஞ்சுட்டு வேண்டுவான் யாண்டு'
One method of obtaining reputation: Speak of men's virtues, conceal their faults, and be modest every where.
மறவாமே நோற்ப தொன்றுண்டு:
பிறர் பிறர்
சீர் எல்லாந் தூற்றிச், சிறுமை புறங் காத்து,
யார் யார்க்குந் தாழ்ச்சி சொலல்.

[எழு: ஒன்று; அது (தொகை.) பயனி: உண்டு, சொலல். மறவாமே. (வி. 90.)]

[நல்லோர் கீசரிடத்தில் சொல்லார், இழிவோர் சொல்வார்.]

193. புல்லாப்புன் கோட்டிப் புலவர் இடைப் புக்குக்
The mean ignorantly prate in the assembly of the unlearned. The wise are silent knowing it to be useless.
கல்லாத சொல்லுங் கடை; எல்லாங் கற்ற
கடா அயினுஞ் சான்றவர் சொல்லார், பொருண் மேற்
படாஅ விடுபாக் கறிந்து.

[எழு: கடை, சான்றவர். பயனி: சொல்லும், சொல்லார். செயப்படு: கல்லாதவற்றை, கற்றவற்றை (தொகை.) கடை=கடையானவன். (வி. 162.) எலாம்=எல்லாம். (வி. 41.)] விடுபாக்கு. (வி. 86.) புக்கு. (வி. 82.) (6.) 86.]

[பசியவோலையையும் உலர்ந்தவோலையையுங் குறித்தது.]

194. கற்றறிந்த நாவினர் சொல்லார்தஞ் சோர்வஞ்சி,
மற்றையர் ஆவார் பகர்வர்; பனையின்மேல்
வற்றிய ஓலை கலகலக்கும், எஞ்ஞான்றும்
பச்சோலைக் கில்லை ஒலி.

The learned are modestly silent; others speak. The dry leaf rustles, the green gives forth no sound.

[எழு: நாவினர், மற்றையர்ஆவார், ஓலை, ஒலி. பயனி: சொல்லார், பகர்வர், கலகலக்கும், இல்லை. பச்சோலை. (வி. 121.) ஆவார். (வி. 57.)]

XXXIV பாடம்.

BASENESS.

கீழ்மை.

[கீழ்மக்களின் செருக்கு.]

195. சக்கரச் செல்வம் பெறினும் விழுமியோர்
எக்காலுஞ் சொல்லார் மிகுதிச் சொல்;
எக்காலு'
முந்திரிமேற் காணி மிகுவதேற் கீழ்தன்னை
இந்திரனா எண்ணி விடும்.

The excellent boast not though possesst of every thing. If the base obtains a fraction more, he makes himself a god.

[எழு: விழுமியோர், கீழ். பயனி: சொல்லார், எண்ணிவிடும். செயப்படு: சொல்லை, தன்னை. கீழ் = கீழானவன். (வி. 162.) இந்திரனா = இந்திரனாக. (வி. 140.)]

[கீழ்மக்கள் யாவரிடத்தும் புகழ்ச்சியை விரும்பல்.]

196. தமரேயுந் தம்மைப் புகழ்ந்துரைக்கும் போழ்தில்
அமராததனை அகற்றலே வேண்டும்.—
அமை ஆரும் வெற்ப! அணியாரே தம்மைத்
தம வேனுங் கொள்ளாக் கலம்.

Flattery to be rejected. Unbecoming ornaments.

[எழு: அகற்றல், ஒருவர். பயனி: வேண்டும், அணியாரே. தமர், தம. (வி. 93).]

[தம்மை வியவாமை.]

197\. "பல கற்றோம் யாம்" என்று தற் புகழ வேண்டா;
அலர் கதிர் ஞாயிறைக் கைக்குடையுங் காக்கும்!
சில கற்றார் கண்ணும் உளவாம் பல கற்றார்க்
கச்சாணி அன்னதோர் சொல்.

Boast not yourself! A hand-umbrella hides the sun. A word like a lynch-pin.

[எழு: நீர் (தொகை), குடை, சொல். பயனி: வேண்டா, காக்கும், உளவாம். தற் = தன்னை. (வி. 152. 35.) கண்ணும். (வி. 63. 113.)]

[வேந்தனின் வலி.]

198\. மறு மனத்தான் இல்லாத மா நலத்த வேந்தன்
உறு மனத்தன் ஆகி ஒழுகிற்,
செறு மனத்தார்—
பாயிரங் கூறிப் படைதொக்கால் என் செய்ப?
ஆயிரங் காக்கைக்கோர் கல்!

What can enemies do when a king is blameless and full of kindness? One stone suffices for a thousand crows.

[எழு: செறுமனத்தார், கல். பயனி: செய்ப, போதும் (தொகை.) தொக்கால். (வி. 82. (6.) 86.) மறுமனத்தான் இல்லாத = மாசில்லாத மனத்தனுகிய. உறுமனத்தன் = அன்புமிகுதியாக உள்ள மனசை உடையவன்.]

[அறிவுடையோர் தீமைக்கு அஞ்சுவது.]

199\. அறிவுடையார் அன்றி அது பெறார் தம்மாற்
செறி பழியை அஞ்சார் சிறிதும்;—
பிறை நுதால்!—
வண்ணஞ்செய் வாள் விழியே அன்றி மறை குருட்டுக்
கண் அஞ்சுமோ இருளைக் கண்டு?

The wise alone dread blame. The blind eye does not fear darkness.

[எழு: பெறார், கண். பயனி: அஞ்சார், அஞ்சுமோ? நுதலாய். (வி. 157. 64.)]

[வேந்தரினும் அறிவோர் மேன்மையுள்ளவர்.]

200. பொன்னணியும் வேந்தர் புனையாப் பெருங்கல்வி
மன்னும் அறிஞரைத் தா மற்றொவ்வார்;
மின்னு மணிப்
பூணும் பிற உறுப்பு,—பொன்னே!—அது புனையாக்
காணுங் கண் ணொக்குமோ? காண்!

Kings adorned, and learned men unadorned. No jewels needed by the eye!

[எழு: வேந்தர், உறுப்பு. பயனி: ஒவ்வார், ஒக்குமோ? மற்று. (வி. 107.)]

XXXV பாடம்.

HEARING.

கேள்வி.

[கேட்கத்தகும் நூலின் பொருள்களைக் கற்றறிந்தவர் சொல்லக் கேட்குதல்.]

[கேள்வியால் வருஞ் செல்வஞ் சிறந்தது.]

201. செல்வத்துட் செல்வஞ் செவிச்செல்வம்; அச்செல்வஞ்
செல்வத்துள் எல்லாந் தலை.

The wealth that comes by hearing is the greatest.

[எழு: செல்வம், அச்செல்வம். பயனி: செவிச்செல்வம், தலை.]

[கேள்வியால் திடப்பட்டவருக்கு வரும் நன்மை.]

202. இழுக்கல் உடை உழி ஊற்றுக்கோல் அற்றே,
ஒழுக்கம் உடையார் வாய்ச் சொல்.

The words of the just like a staff in slippery places.

[எழு: சொல். பயனி: அற்றே. ஊற்று. (வி. 41.) அற்றே. (வி. 109.)]

[கேட்டவர் வீண் வார்த்தைகளைப் பேசார்.]

203. பிழைத்துணர்ந்தும் பேதைமை சொல்லார்,
இழைத்துணர்ந் தீண்டிய கேள்வி யவர்.

Even by misapprehension those who hear will not speak folly.

[எழு: கேள்வியவர். பயனி: சொல்லார்.]

[அடக்கங் கேள்வியரிடத்தே உண்டு.]

204. நுணங்கிய கேள்வியர் அல்லார்,
வணங்கிய வாயினர் ஆதல் அரிது.

Modest speech only with the truly learned.

[எழு: ஆதல். பயனி: அரிது.]

[மிகுந்தவரது சபையினிடத்துச் செய்யுந்திறம்.]

205. நன்றென் றவற்றுள்ளு நன்றே, முதுவருண்
முந்து கிளவாச் செறிவு.

Not to speak before the elders.

[எழு: செறிவு. பயனி: நன்றே. முந்து = முந்தி.]

[மத மானங்களது தீமை.]

206. வியவற்க எஞ்ஞான்றுந் தன்னை!
நயவற்க நன்றி பயவா வினை!

Boast not! Delight not in deeds that yield no fruit!

[எழு: ஒருவன் (தொகை.) பயனி: வியவற்க, நயவற்க!]

XXXVI பாடம்.

PERSEVERANCE.

தாளாண்மை.

[முயற்சியை ஆளுந் தன்மை.]

[முயற்சி உடைமை மடிதலின்றி உற்சாகத்தோடு இருத்தல்.]

207. உறுதி பயப்ப கடைபோகா எனும்
இறுவரை காறு முயல்க;
இறும் உயிர்க்கும்
ஆயுண் மருந்தொழுக்க றீதன்றால்; அல்லன போல்
ஆவனவும் உண்டு சில.

Never despair, though success does not appear. You give medicine even to the dying. The least likely things even come to pass.

[ஆகாதன போலத் தோன்றிப் பின்பு ஆவனவுஞ் சில உள; சீவன் தரும் மருந்தைச் சாம் எனத் தோன்றும் உயிர்கட்கு வாயிற் புகட்டுதல் குற்றம் அன்று; ஆதலால், நன்மை பயப்பவைகள் முற்றுப் பெறாவிடினும் முடிவுவரைக்கும் முயலுக! ஆல், அசை. இறு. (வி. 153.)]

[வறுமை வரினும் தீமை செய்யார் நல்லார்.]

208. நல்லா றொழுக்கின் றலைநின்றார் நல்கூர்ந்தும்,
அல்லன செய்தற் கொருப்படார்;
பல் பொறிச்
செங்கட் புலியேறறப் பசித்துந் தின்னாவாம்
பைங்கட் புனத்த பைங் கூழ்.

The tiger does not eat grass, though ever so hungry. The good do not stoop to unworthy deeds through poverty.

[எழு: தலை நின்றார், புலி. பயனி: ஒருப்படார், தின்னா. ஒழுக்கின் றலை = ஒழுக்கு, இன், தலை. (வி. 63. 65.) பைம். (வி. 121.) புனத்த = புனத்திலுள்ள. (வி. 93.)]

[நல்லோர் கடைப் பிடித்தல்.]

209. சிறுமுயற்சி செய்தாங் குறுபயன் கொள்ளப்
பெறும்எனிற் றாழ்வரோ? தாழார்;
அறனல்ல
எண்மைய ஆயினுங், கைவிட் டரிதெனினும்,
ஒண்மையிற் றீர்ந்தொழுக லார்.

Will those who forsake vice though easy, and perform difficult duties, shrink when by slight exertion great benefit is to be obtained?

[எழு: ஒழுகலார். பயனி: தாழார். கைவிட்டு = கைவிடுவது. எண்மைய = செய்தற்கு எளியவைகள். (எள் + மை + அ. வி. 94. 93.)]

[தாளாண்மையில் ஆகிய பயன்.]

210. ஆடுகோ டாகி அதரிடை நின்றதூஉங்
காழ்கொண்ட கண்ணே களிறணைக்குங் கந்தாகும்;
வாழ்தலும் அன்ன தகைத்தே, ஒருவன்றன்
தாழ்வின்றித் தன்னைச் செயின்.

The branch that waves by the road side becomes a tree to which an elephant may be tied. Man is what he makes himself.

[எழு: நின்றதூஉம், வாழ்தல். பயனி: ஆகும், தகைத்தே. அதரிடை. (வி. 63.)]

[பெரியோர் காரியத்தையும் இகழாமை.]

211. உறுபுலி ஊன்இரை இன்றி ஒருநாட்
சிறுதேரை பற்றியுந் தின்னும்;
அறிவினாற்
காற்றொழில் என்று கருதற்க! கையினான்
மேற்றொழிலும் ஆங்கே மிகும்.

The tiger may eat frogs. Even a good thing becomes better by being well done.

[எழு: மேற்றொழில். பயனி: மிகும். ஆங்கு, ஏ, அசைநிலைகள். (வி. 116.)]

[கேடுவரினுந் தீமை செய்யார் பெரியோர்.]

212. ஈனமாய் இல்லிருந் தின்றி விளியினும்
மானந் தலை வருவ செய்பவோ?
யானை
வரி முகம் புண்படுக்கும் வள்ளுகிர் நோன்றாள்
அரிமா மதுகை யவர்.

The mighty will perish at home, but not disgrace themselves.

[எழு: மதுகையவர். பயனி: செய்பவோ? செயப்படு: வருவன வற்றை.]

XXXVII பாடம்.

ENERGY.

ஊக்கம்.

[மனமானது தொழில் செய்தலில் எழுச்சியை உடைத்தாதல்.]

[மனஎழுச்சியே உடைமை.]

213. உடையர் எனப்படுவ தூக்கம்; அஃதில்லார்
உடைய துடையரோ, மற்று?

Men of energy are men of possessions; and vice versa.

[எழு: படுவது, இல்லார். பயனி: ஊக்கம், உடையரோ? எனப்படுவது = சொல்லுதற்குக் காரணம். உடையது. மற்று = வேறுடையது உடையவர் என்று சொல்லுதற்குக் காரணமோ?)]

[மனஎழுச்சியின் பயன்.]

214. உள்ளம் உடைமை உடைமை; பொருள் உடைமை
நில்லாது நீங்கி விடும்.

The wealth of the soul is wealth; all else passes away.

[எழு: உடைமை. பயனி: உடைமை, விடும்.)]

[ஊக்கமுடையாரது உயர்ச்சி.]

The water-flower always on the top. Men's elevation proportioned to their soul.

215. வெள்ளத் தனைய மலர்நீட்டம்; மாந்தர்தம்
உள்ளத் தனைய துயர்வு.

[எழு: நீட்டம், உயர்வு. பயனி: அனைய, அனையது. அனைய, அனையது. (வி. 93.) மாந்தர்தம் = மனிதர்களுடைய.)]

[முயற்சியிலே தவறுதல் இல்லாமலிருப்பது.]

Think ever on noble things. This will compensate for all you renounce.

216. உள்ளுவ தெல்லாம் உயர்வுள்ளல்; மற்றது
தள்ளினுந் தள்ளாமை நீர்த்து.

[எழு: ஒருவன் (தொகை), அது. பயனி: உள்ளல், நீர்த்து. உள்ளல். (வி. 85.) நீர்த்து. (வி. 93.) மற்று, அசை.]

[விடாது முயற்சிசெய்தால் அரியதொழில்கள் எளிதில் முடியும்.]

Undespairing energy needed.

217. அருமை உடைத்தென் றசாவாமை வேண்டும்;
பெருமை முயற்சி தரும்.

[எழு: அசாவாமை, முயற்சி. பயனி: வேண்டும், தரும்.)]

[முயற்சியது சிறப்பு.]

The power of doing good belongs to the men of unfailing energy.

218. தாளாண்மை என்னுந் தகைமைக்கட் டங்கிற்றே
வேளாண்மை என்னுஞ் செருக்கு.

[எழு: செருக்கு. பயனி: தங்கிற்று. தகைமைக்கண். (வி. 63. 37.) தங்கிற்று = தங்கினது. (வி. 83.)]

XXXVIII பாடம்.

EFFORT.

முயற்சி.

[இடைவிடாது மெய்ம் முயற்சியை உடையவன் ஆதல்.]

[முயற்சியை உடையவனது நன்மை.]

219. இன்பம் விழையான் வினைவிழைவான் றன்கேளிர்
துன்பந் துடைத்தூன்றுந் தூண்.

Careless of pleasure, eager to be doing, he relieves the distresses of his kindred, and is a pillar.

[எழு: விழைவான். பயனி: தூண். விழையான் = விழையாதவன் ஆகி. (வி. 143.)]

[முயற்சியினால் செல்வம் உண்டாதல்.]

220. முயற்சி திருவினை ஆக்கு;
முயற்றின்மை இன்மை புகுத்தி விடும்.

Energetic action brings wealth; and vice versa.

[எழு: முயற்சி, முயற்றின்மை. பயனி: ஆக்கும், விடும். திருவினை. (வி. 65.) புகுத்தி. (வி. 103.)]

[முயற்சியினால் துன்பம் நீங்குதல்.]

221. வெள்ளத் தனைய இடும்பை அறிவுடையான்
உள்ளத்தின் உள்ளக் கெடும்.

Sorrows like a flood are removed by determination.

[எழு: இடும்பை. பயனி: கெடும். உள்ளத்தின். (வி. 137. = உள்ளத்தினால்.)]

[முயற்சியின்மையின் இழிவு.]

222. பொறி இன்மை யார்க்கும் பழி அன் றறிவறிந்
தாள்வினை இன்மை பழி.

No disgrace to be unfortunate. A disgrace to be inactive.

[எழு: பொறியின்மை, ஆள்வினையின்மை. பயனி: அன்று, பழி.]

[திடமான அறிவினது மேன்மை.]

223. உரம் ஒருவற் குள்ள வெறுக்கை! அஃ தில்லார்
மர மக்கள் ஆதலே வேறு.

Strength of purpose is dignity. Those without it are trees.

[எழு: உரம், இல்லார், ஆதல். பயனி: வெறுக்கை, மரம், வேறு.]

[முயற்சியாளனின் வெற்றி.]

224. ஊழையும் உப்பக்கங் காண்பர், உலைவின்றித்
தாழா துஞற்று பவர்.

The undespairing laugh at fate.

[எழு: உஞற்றுபவர். பயனி: காண்பர். உப்பக்கம். (வி. 5.)]

XXXIX பாடம்.

THE WAY OF EXCELLENCE.

நல்வழி.

[நல்லோர் எதையும் எண்ணும் விதம்.]

225. மனத்த கறுப்பெனின் நல்ல செயினும்
அனைத் தெவையுந் தீயவே ஆகும்;
எனைத் துணையுந்
தீயவே செய்யினு நல்லவாக் காண்பவே,
மாசின் மனத்தின் அவர்.

Even good things done with malicious mind are evil. The pure take all to be good.

[எழு: எவையும், அவர். பயனி: ஆகும், காண்பவே.]

[நல்லோர் நடக்கை.]

226. மெய்யுணர்ந்தார் பொய்மேற் புலம்போக்கார், மெய்யுணர்ச்சி
கை வருதல் கண்ணுப் புலங் காப்பார்;
மெய்யுணர்ந்தார்
காப்பே நிலையாப் பழி நாண' நீள் கதவாச்
சேர்ப்பார், நிறைத் தாழ் செறித்து.

Contempt of what is false. Watchfulness the door-post, fear of sin the door, integrity the bar.

[எழு: மெய்யுணர்ந்தார். பயனி: போக்கார், காப்பார், சேர்ப்பார். காப்பே நிலையா, காத்தலே கதவின் நிலையாகவும்.]

[நல்லோர் மனச்சாட்சியைப் பேணி நடத்தல்]

227. தன்னைத்தா னெஞ்சங் கரியாகத் தான் அடங்கிற்
பின்னைத் தான் எய்தாப் பயன் இல்லை;
தன்னைக்
குடி கெடுக்கு' நெஞ்சிற்குக் குற்றேவல் செய்யிற்
பிடி படுக்கப் பட்ட களிறு.

Nothing unattainable to the conscientiously good. To obey one's own will brings slavery.

[எழு: பயன். தான் (தொகை.) பயனி: இல்லை, களிறு.]

[மனத்தை அடக்கி நடப்பதால் உறும்பயன்.]

228. நின்னை அறப் பெறு கிற்கிலே னென்னெஞ்சே!
பின்னை யான் யாரைப் பெறுகிற்பேன்?
நின்னை
அறப் பெறு கிற்பேனேல் பெற்றேன், மற் றீண்டு
துறக்கந் திறப்பதோர் தாள்.

Self-restraint the key of heaven.

[எழு: நான் (தொகை.) பயனி: இலேன், பெறுகிற்பேன், பெற்றேன். பெறுகிற்கிலேன். இன், கு, சாரியைகள். (வி. 108. 89.)]

[நெஞ்சின் பயமில்லாதவர்க்கெங்கும் பயமில்லை.]

229. உள்ளுநர் இருந்துந் தம் உள்ளம் அறப் பெற்றாரேற்,
Those who rule themselves are in the city as in solitude, and in solitude as in the city.
கள்ளவிழ் சோலை ஆங் காட்டுளார்; காட்டுள்ளும்
உள்ளம் அறப்பெறு கல்லாரே நாட்டுள்ளு
நண்ணி நடு ஊர் உளார்.

[எழு: அவர் (தொகை.) பயனி: உளார்.]

[புருஷார்த்தம் இவை எனல்.]

230. ஈதல் அறந்; தீவினைவிட் டீட்டல் பொருள்; எஞ்ஞான்றுங்
காதல் இருவர் கருத்தொருமித்
தாதரவு
Virtue, wealth, pleasure and emancipation defined.
பட்டதே இன்பம்; பரனை நினைந் திம்மூன்றும்
விட்டதே பேரின்ப வீடு.

[எழு: அறம், பொருள், இன்பம், வீடு. பயனி: ஈதல், ஈட்டல், பட்டது, விட்டது.]

XL பாடம்.

VIRTUE.

அறம்.

[கடவுளால் விதிக்கப்பட்டவைகளைச் செய்தலும் விலக்கப்பட்டவைகளை ஒழிதலும் ஆம்.]

[அறத்தினாலாகிய பயன்.]

231. சிறப்பீனுஞ் செல்வமும் ஈனும்;
Virtue imparts dignity and prosperity.
அறத்தினூஉங் காக்கம் எவனோ உயிர்க்கு?

[எழு: அறம் (தொகை.) பயனி: ஈனும்.எவன்=எது.அறத்தினூஉங்கு= அறத்தின் ஊங்கு. (வி. 153. 61. 14.)]

[அறத்தின் செல்வம்.]

232. அறத்தின்ஊஉங் காக்கமும் இல்லை; அதனை
Virtue the greatest gain. மறத்தலின் ஊங்கில்லை கேடு.

[எழு: ஆக்கம், கேடு. பயனி: இல்லை, இல்லை. அதனை = அது+அன்+ஐ. (வி. 71. 108.)]

[அறநெறி.]

233. ஒல்லும் வகையால் அறவினை, ஓவாதே,
Do virtuous deeds with all your might. செல்லும்வாய் எல்லாஞ் செயல்.

[எழு: ஒருவன் (தொகை.) பயனி: செயல். செயல். (வி. 85.) அறவினை. (வி. 33. 121. 154.)]

[அறம் இஃதெனல்.]

234. மனத்துக்கண் மாசிலன் ஆதல்; அனைத்தறன்;
Purity of mind alone is virtue. ஆகுல நீர பிற.

[எழு: ஒருவன் (தொகை), அறன், பிற. பயனி: ஆதல், அனைத்து, நீர. மனத்துக்கண (மனம், அத்து, கண்). (வி. 63. 66.) ஆதல். (வி. 85.) நீர = தன்மையையுடையன. (வி. 93.)]

[இதுவுமது.]

235. அழுக்கா றவாவெகுளி இன்னாச்சொன் னான்கும்
Virtue consists in the absence of these four. இழுக்கா இயன்ற தறம்.

[எழு: அறம். பயனி: இயன்றது. அழுக்காறு, அவா, வெகுளி, இன்னாச்சொல். (வி. 56.) நான்கும். (வி. 113) இழுக்கா. (வி. 86. (1)).]

[அறமாட்சி.]

236. அறத்தான் வருவதே இன்பம்; மற் றெல்லாம்
True pleasure from virtue alone. புறத்த, புகழும் இல.

[எழு: இன்பம், எல்லாம், புகழும். பயனி: வருவது, புறத்த, இல.]

XLI பாடம்.

SELF-RESTRAINT.

அடக்கம்.

[காயமும், வாக்கும், மனமுந் தீயவழியிலே செல்லாமல் அடங்குதல்.]

[அடக்கமுடையார் எள்ளப் படாமை.]

Don't underrate the reserved. The heron at the gate of the sluice.

237. அடக்கம் உடையார் அறிவிலர் என் றெண்ணிக்
கடக்கக் கருதவும் வேண்டாம்;
மடைத் தலையில்
ஓடு மீன் ஓட ஒருமீன் வரும் அளவும்
வாடி இருக்கும் ஆங் கொக்கு.

[எழு: ஒருவன் (தொகை), கொக்கு. பயனி: வேண்டாம், இருக்கும்.]

[அடக்கத்தின் மாட்சி.]

Self-restraint an ornament.

238. நளிகடற் றண் சேர்ப்ப!—நல்கூர்ந்த மக்கட்
கணிகலம் ஆவ தடக்கம்;
பணிவில் சீர்
மாத்திரை இன்றி நடக்குமேல் வாழும் ஊர்
கோத்திரங் கூறப் படும்.

[எழு: அணிகலம், கோத்திரம். பயனி: அடக்கம், படும். ஊர் = ஊராராலே. (வி. 152. 162.)]

[கற்றோரை நிறைகுடத்திற்கொப்பிடல்.]

239. கற்றறிவார் கண்ட தடக்கம்; அடங்காதார்
பொச்சாந்துந் தம்மைப் புகழ்ந்துரைப்பார்;—
தெற்ற
அறைகல் அருவி அணிமலை நாட!—
நிறைகுடம் நீர்தளும்பல் இல்.

Modesty with the wise. Boasting with the ill-disciplined. The water in a full vessel is not agitated.

[எழு: அடக்கம், அடங்காதார், நீர். பயனி: கண்டது, உரைப்பார், இல். நீர் = நீருக்கு. (வி. 152.)]

[அறிவில்லார் அடங்காமை.]

240. கோவாத சொல்லுங் குணன் இல்லா மாக்களை
நா வாய் அடக்கல் அரிதாகும்;
நாவாய்
களிகள் போற் றூங்குங் கடற் சேர்ப்ப!—வாங்கி
வளி தோட் கிடுவாரோ? இல்.

Restraint in speech hard to worthless evil speakers. Can you carry the wind in a bag?

[எழு: அடக்கல். பயனி: ஆகும்.]

[அடக்கமில்லாதவர் செல்வம் குரங்கின் கைக்கொள்ளி.]

241. உடைப் பெருஞ் செல்வத் துயர்ந்த பெருமை
அடக்கம் இல் உள்ளத்தின் ஆகி
நடக்கையின்
ஒள்ளியன் அல்லான் மேல் வைத்தல், குரங்கின் கைக்
கொள்ளி கொடுத்து விடல்.

Riches, &c. bestowed on the unworthy like a firebrand in the hand of an ape.

[எழு: வைத்தல். பயனி: விடல். செயப்படு: பெருமை.]

[அடக்கத்தின் மேன்மை.]

242. எண்ணக் குறைபடாச் செல்வமும், இற் பிறப்பும்,
மன்ன ருடைய உடைமையும்,
மன்னரால்
இன்னர் எனல் வேண்டா; இம்மைக்கும் உம்மைக்குந்
தம்மை உடைமை தலை.

Worldly advantages not the chief. To be master of oneself.

[எழு: செல்வமும் &c., உடைமை. பயனி: வேண்டா, தலை.]

XLII பாடம்.

SELF RESTRAINT.

அடக்கம்.

[அடக்கத்தினலாகிய பயன்.]

243. அடக்கம் அமரருள் உய்க்கும்;
அடங்காமை ஆரிருள் உய்த்து விடும்.

Self-restraint numbers men among the immortals.

[எழு: அடக்கம், அடங்காமை. பயனி: உய்க்கும், விடும். ஆர் இருள். (வி. 153. 152.)]

[நல்லோர் அடக்கத்தைப்பேணல்.]

244. காக்க, பொருளா, அடக்கத்தை;
ஆக்கம் அதனின் ஊஉங் கில்லை உயிர்க்கு.

Self-restraint the best possession.

[எழு: ஒருவன் (தொகை), ஆக்கம். பயனி: காக்க, இல்லை. காக்க. (வி. 85.)]

[அடக்கத்தின் மாட்சி.]

245. நிலையிற் றிரியா தடங்கியான் றோற்றம்
This is true loftiness. மலையினு மாணப் பெரிது.

[எழு: தோற்றம். பயனி: பெரிது. அடங்கியான் = அடங்கினவன்.]

[செல்வர்க்கு அடக்கந் தகுதி.]

246. எல்லார்க்கு நன்றாம் பணிதல், அவர் உள்ளுஞ்
An ornament to all, especially to the wealthy. செல்வர்க்கே செல்வந் தகைத்து.

[எழு: பணிதல். பயனி: நன்றாம், தகைத்து.]

[நாவின் அடக்கம்.]

247. யாகாவார் ஆயினு நா காக்க; காவாக்காற்
Government of the tongue. சோகாப்பர், சொல் லிழுக்குப் பட்டு.

[எழு: ஒருவர் (தொகை.) பயனி: காக்க, சோகாப்பர். காக்க. (வி. 140. (3.))]

[அடங்கா நாவினால் உறுந்தீமை.]

248. தீயினாற் சுட்டபுண் உள் ளாறும்; ஆறாதே
A wound from fire heals; one from the tongue never heals. நாவினாற் சுட்ட வடு.

[எழு: புண், வடு. பயனி: ஆறும், ஆறாதே.]

XLIII பாடம்.

ASSISTANCE TO OTHERS.

பிறர் உதவி.

[இகையால் உறுபயன்.]

249. எந்தை நல் கூர்ந்தான் இரப்பார்க்கீந் தென்றவன்
மைந்தர் தம் மீகை மறுப்பரோ?—
பைந் தொடீ!—
நின்று பயன் உதவி, நில்லா அரம்பையின் கீழ்க்
கன்றும் உதவுங் கனி.

The son must not be content with the remembrance of the father's liberality.

[எழு: மைந்தர், கன்றும். பயனி: மறுப்பரோ, உதவும். பைந்தொடீ=பசும்பொன்னுலாகிய வளையல்களையுடையவளே! (வி. 121. 162. 64.)]

[உடலின் உறுப்புகள் போல் ஒன்றிற்கொன்றுதவுவது இகை.]

250. பெரியவர் தந் நோய் போற் பிறர் நோய் கண் டுள்ளம்
எரியின் இழுதாவர் என்க;—
தெரி இழாய்!—
மண்டு பிணியால் வருந்தும் பிற உறுப்பைக்
கண்டு கலுழுமே கண்.

They feel for others' grief as for their own. The eye weeps for the diseases of the other members.

[எழு: பெரியவர், கண். பயனி: ஆவர், கலுழும். இழுதாவர் = இழுதைப்போல் ஆவார். (வி. 155.) இழாய் = இழையையுடையவளே! (வி. 93. 162.)]

[இகைக்கு நியாயம்.]

251. முன்னரே சாநாண்; முனிதக்க மூப்புள
பின்னரும்; பீட்பிக்கு நோய் உள;
கொன்னே
பரவன்மின்! பற்றன்மின்! பாத்துண்மின்! யாதுங்
கரவன்மின்! கைத்துண்டாம் போழ்து.

The day of death, old age, disease stand round. Give accordingly.

[எழு: சாநாள், மூப்பு, நோய், நீர். பயனி: உள, பரவன்மின் ஆதி. பாத்து = பகுத்து. (வி. 41.) சாநாள். (வி. 153.)]

[இரவாமை இயாமையினும் நன்மை.]

252. மறுமையும் இம்மையு நோக்கி ஒருவற்
குறுமா றியைவ கொடுத்தல்,
வறுமையால்
ஈதல் இசையா தெனினும் இரவாமை
ஈதல் இரட்டி உறும்.

Charity for the sake of this world and the future. Must not beg.

[எழு: இரவாமை. பயனி: உறும். இயைவ = இயைவன.]

[இவோர் இயார்க்குவமை.]

253. நடு ஊருள் வேதிகைச் சுற்றுக்கோட் புக்க
படுபனை அன்னர் பலர்நச்ச வாழ்வார்;
குடிகொழுத்தக் கண்ணுங் கொடுத்துண்ணா மாக்கள்
இடுகாட்டுள் ஏற்றுப் பனை.

The palmyra in the midst of the village, and that in the burning ground.

[எழு: வாழ்வார், மாக்கள். பயனி: அன்னர், பனை.]

[உலகம் வாழ்தலிற்கு வேண்டியது மழையும் ஈகையும்.]

254. பெயற்பான் மழைபெய்யாக் கண்ணும் உலகஞ்
செயற்பால செய்யா விடினுங்;—
கயற் புலால்
புன்னை கடியும் பொருகடற் றண்சேர்ப்ப!—
என்னை உலகுய்யும் ஆறு?

How would the world go on if the good performed not virtuous actions even in times of drought?

[எழு: ஆறு. பயனி: என்னை. பெயற் பான் மழை = பெய்யவேண்டிய மழை.]

XLIV பாடம்.

BENEFICENCE.

ஈகை.

[ஈகையின் தன்மை.]

255. ஏற்ற கை மாற்றாமை என்னானுந் தாம்வரையா
தாற்றாதார்க் கீவதாம் ஆண்கடன்,
ஆற்றின்,—
மலிகடற் றண்சேர்ப்ப!—மாறீவார்க் கீதல்
பொலிகடன் என்னும் பெயர்த்து.

Give to him who cannot recompense thee.

[எழு: ஈவது, ஈதல். பயனி: கடன், பெயர்த்து.]

[ஈகையின் மாத்திரை.]

256. இறப்பச் சிறிதென்னா தில்லென்னா தென்றும்
அறப்பயன் யார்மாட்டுஞ் செய்க;
முறைப் புதவின்
ஐயம் புகூஉந் தவசி கடிஞைபோற்
பைய நிறைத்து விடும்.

Give though you have but little. The beggar's dish is filled in time.

[எழு: அறப்பயன். பயனி: விடும். செயப்படு: அறப்பயனை.]

[இகையின் இயல்பும் இயாமையின் பயனும்.]

257. நட்டார்க்கு நள்ளா தவர்க்கும் உள வரையால்
அட்டது பாத்துண்டல் அட்டுண்டல்; அட்ட
தடைத் திருந் துண்டொழுகும் ஆவதின் மாக்கட்
கடைக்கும் ஆம் அண்டைக் கதவு.

Share your food with friends and foes. To the selfish heaven's gate is closed.

[எழு: பாத்துண்டல், கதவு. பயனி: உண்டல், அடைக்கும். அடைக்கும் = அடைக்கப்படும். ஆவதின் மாக்கட்கு = ஆவது, இல், மக்களுக்கு = ஆக்கம் இல்லாத மனிதருக்கு. ஆம், அசைநிலை.]

[தீயோர் வாழ்வினும் சான்றோர் மிடிமை நல்லது.]

258. எறிநீர்ப் பெருங்கடல் எய்தி இருந்தும்,
அறுநீர்ச் சிறுகிணற் றூறல் பார்த் துண்பர்;
மறுமை அறியாதார் ஆக்கத்திற் சான்றோர்
கழிநல் குரவே தலை.

The little spring preferred by the thirsty to the sea. Poverty better than the wealth of those who live for this world alone.

[எழு: மனிதர் (தொகை), நல்குரவு. பயனி: உண்பர், தலை. ஆக்கத்தின் = ஆக்கத்திலும்.]

[லோபியின் ஆஸ்தி.]

259. எனதெனா தென்றிருக்கும் ஏழை பொருளை
எனதென தென்றிருப்பன் யானுந் தனதாயிற்
றானும் அதனை வழங்கான், பயன்றுவ்வான்
யானும் அதனை அது.

Whose is the miser's wealth? He does not enjoy or spend it, nor I.

[எழு: யானும், தானும். பயனி: இருப்பன், வழங்கான். அது=அப்படியே வழங்கேன்.]

260. அருமை உடைய பொருள் உடையார் தங்கட்
கருமம் உடையாரை நாடார்.—
எருமை மேல்
நாரை துயில் வதியும் ஊர!—குளந் தொட்டுத்
தேரை வழிச் சென்றார் இல்.

The wealthy have not to seek for clients. Dig a tank and the frogs are sure to come!

[எழு: உடையார், சென்றார். பயனி: நாடார். இல்.]

XLV பாடம்.

CONFERRING BENEFITS.

பிறர் உபகாரம்.

[இகையின் சிறப்பு.]

261. கைம்மாறு வேண்டா கடப்பாடு; மாரிமாட்
டென்னாற்றுங் கொல்லோ உலகு?

Benevolence seeks no recompence.

[எழு: கடப்பாடு, உலகு. பயனி: வேண்டா, ஆற்றும். மாரிமாட்டு. (வி. 63. 68.)]

[இகையின் பொருட்டாவது செல்வம்.]

262. தாள் ஆற்றித் தந்த பொருள் எல்லாந் தக்கார்க்கு
வேளாண்மை செய்தற் பொருட்டு.

The proper use of wealth.

[எழு: பொருளெல்லாம். பயனி: பொருட்டு.]

[இகை புருஷார்த்த மாதல்.]

263. ஒத்த தறிவான் உயிர் வாழ்வான்; மற்றையான்
செத்தாருள் வைக்கப் படும்.

He who does what befits his station lives; all others dead.

[எழு: அறிவான், மற்றையான். பயனி: வாழ்வான், வைக்கப்படும். படும். (வி. 137.)]

[இகைக்குவமை.]

264. ஊருணி நீர்நிறைந் தற்றே உலகவாம்
பேர்அறி வாளன் திரு.

Prosperity of the benevolent like a gushing fountain in the middle of a town.

[எழு: திரு. பயனி: அற்றே. அவாம் = அவாவும். (வி. 87. (3.))]

[உபகாரஞ் செய்பவனது பொருள் பயன்படும் ஆறு.]

265. பயன்மரம் உள்ளூர்ப் பழுத்தற்றாற் செல்வ
நயனுடை யான்கட் படின்.

Like a fruit bearing tree in the midst of a village.

[எழு: செல்வம். பயனி: அற்று. நயனுடையான்கண். (வி. 63.) ஆல், அசைச்சொல்.]

[இதுவுமது.]

266. மருந்தாகித் தப்பா மரத்தற்றாற் செல்வம்
பெருந்தகை யான்கட் படின்.

Like a tree which unfailing yields ambrosia.

[எழு: செல்வம். பயனி: அற்று.]

XLVI பாடம்.

CONFERRING BENEFITS.

பிறர் உபகாரம்.

[பெரியோர் எக்காலத்தும் இகை குன்றாமை.]

267. இடனில் பருவத்தும், ஒப்புரவிற் கொல்கார்
கடன்அறி காட்சி யவர்.

Even out of season they do not fail.

[எழு: காட்சியவர். பயனி: ஒல்கார். இடன் = இடம். (வி. 17.) கடன் அறி காட்சியவர் = தாஞ்செய்யத் தக்கவைகளை அறிந்த இயற்கை அறிவை உடையவர்.]

[இகையின் மாட்சி.]

268. ஒப்புரவி னால்வருங் கேடெனின் அஃதொருவன்
Even loss if the result of benevolence, to be purchased.
விற்றுக் கோட் டக்க துடைத்து.

[எழு: அஃது. பயனி: உடைத்து. கோட்டக்கது=கொள்ளத்தக்கது. கோள் = கொள்ளுதல்.]

[இகையின் தன்மை.]

269. வறியார்க்கொன் றீவதே ஈகை; மற் *றெல்லாங்
Give to the poor; all else is mere self-interested calculation.
குறி எதிர்ப்பை நீர துடைத்து.

[எழு: ஈவதே, எல்லாம். பயனி: ஈகை, உடைத்து. குறி = குறிக் கப்பட்ட. (வி. 153.) எதிர்ப்பை = நோக்கத்தை.]

[கொள்ளுதல் தீது, கொடுத்தலே நன்று.]

270. நல்லா றெனினுங் கொளறீது; மேல் உலகம்
Bad to receive, good to give.
இல்லெனினும் ஈதலே நன்று.

[எழு: கொளல், ஈதல். பயனி: தீது, நன்று.]

[தவத்திலும் இகையின் மேன்மை.]

271. ஆற்றுவார் ஆற்றல் பசி ஆற்றல்; அப்பசியை
Great virtue to suffer hunger by fasting. Greater to feed the hungry.
மாற்றுவார் ஆற்றலிற் பின்.

[இகையே செல்வர் பொக்கிஷம்.]

272. அற்றார் அழி பசி தீர்த்தல்; அஃதொருவன்
Relieve him who perishes with hunger.
பெற்றான் பொருள் வைப் புழி.

[தீர்த்தல். (வி. 85.) வைப்புழி = வைக்கும் இடம். (வைப்பு + உழி.)]

XLVII பாடம்.

ANGER.

சினம்.

[மூவகைச் சினம்.]

273. கற்பிளவோ டொப்பர் கயவர்; கடுஞ் சினத்துப்
பொற்பிளவோ டொப்பாரும் போல்வாரே; விற்பிடித்து
நீர்கிழிய எய்த வடுப்போல மாறுமே
சீர்ஒழுகு சான்றோர் சினம்.

Stones, gold, water when divided like three kinds of people when angry.

[கடும். (வி. 121.) மகரந் தோன்றியது. போல்வாரே = நடுவோயினோர்.]

[சினத்தை அடக்குதலின் மேன்மை.]

274. உள்ளங் கவர்ந்தெழுந் தோங்கு சினங்காத்துக்
கொள்ளுங் குணமே குணம், என்க! வெள்ளந்
தடுத்தல் அரிதோ? தடங்கரை தான் பேர்த்து
விடுத்தல் அரிதோ? விளம்பு!

To resist anger is virtue. Is it easier to resist the torrent, or to make a breach in the bank for it?

[ஓங்கு = ஓங்கும். (வி. 153.) என்க. (வி. 85.)]

[சான்றோர் சினத்தாலும் அருள் புரிதல்.]

275. முனிவினு' நல்குவர் மூதறிஞர், உள்ளக்
கனிவினு' நல்கார் கயவர்; நனிவிளைவிற்
காயினும் ஆகுங் கதலிதான், எட்டிபழுத்
தாயினும் ஆமோ? அறை!

The wise though angry will aid one. The base though pleased will not. Even unripe plantains good. Ripe etti good for nothing.

[முனிவினும். (வி. 113. (7.)) நல்குவர். (வி. 8.) மூதறிஞர். (வி.119. 93.) விளைவிற்கு = இன்னம் பழுக்காமல் விளையுங்காலத்தில் பழுத்தாயினும். (வி. 141.)]

[சினத்தை அடக்க நியாயம்.]

276. மதித்திறப் பாரும் இறக்க, மதியா
மிதித்திறப் பாரும் இறக்க;
மிதித்தேறி
ஈயுந் தலைமேல் இருத்தலால் அஃ தறிவார்
காயுங் கதமின்மை நன்று.

Let those who esteem us, and those who disesteem pass by. What though a fly settle on one's head!

[எழு: கதமின்மை. பயனி: நன்று.]

[இதுவுமது.]

277. காவா தொருவன்றன் வாய்திறந்து சொல்லுஞ்சொல்
ஓவாதே தன்னைச் சுடுதலால்,
ஓவாதே
ஆய்ந்தமைந்த கேள்வி அறிவுடையார் எஞ்ஞான்றுங்
காய்ந்தமைந்த சொல்லார் கறுத்து.

Rashness in speech hurts one's self.

[எழு: அறிவுடையார். பயனி: சொல்லார்.]

[மேலோர் சினக்கார். கீழோர் சினப்பர்.]

278. நேர்த்து நிகரல்லார் நீரல்ல சொல்லியக்கால்
வேர்த்து வெகுளார் விழுமியோர்,
ஓர்த்ததனை
உள்ளத்தான் உள்ளி உரைத்துராய் ஊர்கேட்பத்
துள்ளித் தூண் முட்டும் ஆங் கீழ்.

The virtuous not angry with the base when they speak foolish words. The fool rages.

[எழு: விழுமியோர், கீழ். பயனி: வெகுளார், முட்டும். ஓர்த்து. (வி. 41. = ஓர்ந்து.) நேர்த்து = நேர்ந்து. (வி. 41.) உராய் = உராவி.]

XLVIII பாடம்.

FORBEARANCE.

பொறை.

[பொறையின்னது.]

Self-restraint in youth, gifts from the poor, forbearance in the mighty are excellent.

279. இளையான் அடக்கம் அடக்கம்; கிளை பொருள்
இல்லான் கொடையே கொடைப் பயன்;
எல்லாம்
ஒறுக்கு மதுகை உரனுடை யாளன்
பொறுக்கும் பொறையே பொறை.

[எழு: அடக்கம், கொடை, பொறையே. பயனிலையும் அவையே.—உரன் = உரம். (வி. 17.)]

[சான்றோர் சினமடக்கம்.]

The good endure the stoning of the base ones' wrath. If you throw ashes on the snake it contracts its hood. So in these the sense of dignity.

280. கல்லெறிந் தன்ன கயவர்வாய் இன்னுச்சொல்
எல்லாருங் காணப் பொறுத்துய்ப்பர்;
ஒல்லை
இடுநீற்றுற் பைஅவிந்த நாகம்போற் றத்தங்
குடிமையான் வாதிக்கப் பட்டு.

[எழு: மேலோர். பயனி: உய்ப்பர். செயப்படு: இன்னுச்சொல்லை.)]

[சினமடக்கல்.]

281. மாற்றாராய் நின்று தம் மாறேற்பார்க் கேலாமை
ஆற்றாமை என்னார் அறிவுடையார்;
ஆற்றாமை
நேர்த்தின்னா மற்றவர் செய்தக்காற் றாம் அவரைப்
பேர்த்தின்னா செய்யாமை நன்று.

Must never return evil for evil.

[எழு: அறிவுடையார், செய்யாமை. பயனி: என்னார், நன்று. தம் மாறு = எற்பார்க்குத் தங்களின்பேரில் பகை கொண்டவர்களுக்கு.]

[தீயோர் சினமும் மேலோர் சினமும்.]

282. நெடுங்காலம் ஓடினும் நீசர் வெகுளி
கெடுங்காலம் இன்றிப் பரக்கும்;
அடுங்காலை
நீர்கொண்ட வெப்பம்போற் றானே தணியுமே
சீர்கொண்ட சான்றோர் சினம்.

The wrath of the base never expends itself. That of the good of itself dies out.

[எழு: வெகுளி, சினம். பயனி: பரக்கும், தணியும்.]

[தீமைக்கு நன்மை.]

283. உபகாரஞ் செய்ததனை ஓராதே தங்கண்
அபகாரம் ஆற்றச் செயினும்,
உபகாரந்
தாஞ்செய்வ தல்லாற் றவற்றினாற் றீங்கூக்கல்
வான்றோய் குடிப்பிறந்தார்க் கில்.

It is not the way of the noble to do evil, even by a slip, to those who, unmindful of benefits conferred, injure them.

[எழு: ஊக்கல். பயனி: இல்.]

[சினத்தைக் காத்தற்கு உபமானம்.]

284. கூர்த்து நாய் கௌவிக் கொளக்கண்டுந் தம்வாயாற்
பேர்த்து நாய் கௌவினர் ஈங்கில்லை;
நீர்த்தன்றிக்
கீழ்மக்கள் கீழாய சொல்லியக் காற் சொல்பவோ,
மேன்மக்கட் டம் வாயான் மீட்டு?

Does one bite a dog in return? Nor should we return railing for railing.

[எழு: கௌவினர், மேன்மக்கள். பயனி: இல்லை, சொல்பவோ? நீர்த்து = நீர்மையுள்ளது. (வி. 93.) கீழாய = கீழ்மை ஆனவைகளை. (வி. 93. 87.)]

[காரியங்களைப் பார்க்கும் நெறி.]

285. காய்தல் உவத்தல் அகற்றி, ஒருபொருட்கண்
ஆய்தல் அறிவுடையார் கண்ணதே;
காய்வதன்கண்
உற்ற குணந் தோன்றா தாகும், உவப்பதன்கண்
குற்றமுந் தோன்றாக் கெடும்.

To examine impartially without aversion or affection is the part of the wise. Partiality blinds.

[எழு: ஆய்தல், குணம், குற்றம். பயனி: கண்ணதே, தோன்றாதாகும், கெடும்.]

XLIX பாடம்.

சினமின்மை.

[கோபஞ் செய்தற்குக் காரணமாகிய குற்றம் ஒருவனிடத்தே உண்டாகிய விடத்துங் கோபஞ் செய்யாமை.]

[சினத்தை அடக்கலின் தன்மை.]

236. செல்லிடத்துக் காப்பான் சினங்காப்பான்;
அல்லிடத்துக் காக்கின் என்? காவாக்கால் என்?

Guard against anger when you have power to wreck your vengeance.

[எழு: சினங்காப்பான். பயனி: காப்பான். காப்பான் = காப்பவன். (வி. 95.) செல், அல். (வி. 153.)]

[சினத்தின் தீமை.]

287. மறத்தல் வெகுளியை யார்மாட்டுந்; தீய
பிறத்தல் அதனான் வரும்.

Forsake wrath.

[எழு: ஒருவன் (தொகை), பிறத்தல். பயனி: மறத்தல், வரும்.]

[நகையும் மகிழ்ச்சியும் சினத்திற்கில்லை.]

288. நகையும் உவகையுங் கொல்லுஞ் சினத்திற்
பகையும் உளவோ பிற?

Anger destroys mirth and joy.

[எழு: பகையும். பயனி: உளவோ.]

[சினத்தாலாய தீமை.]

289. தன்னைத்தான் காக்கிற் சினங்காக்க! காவாக்காற்
றன்னையே கொல்லுஞ் சினம்.

If you would guard yourself, guard against anger.

[எழு: ஒருவன் (தொகை), சினம். பயனி: காக்க, கொல்லும்.]

[சினத்திற்கு இனமில்லை.]

290. சினம்என்னுஞ் சேர்ந்தாரைக் கொல்லி
இனம்என்னும் ஏமப் புணையைச் சுடும்.

Anger the murderer, destroys relationship.

[எழு: சேர்ந்தாரைக்கொல்லி. பயனி: சுடும். கொல்லி. (வி. 96.)]

[சினத்தால் வருவது கேடு.]

291. சினத்தைப் பொருள்என்று கொண்டவன் கேடு
நிலத்தறைந்தான் கைபிழையா தற்று.

He who cherishes anger will perish as the hand that smites the earth escapes not.

[எழு: கேடு. பயனி: அற்று.]

L பாடம்.

பொறுமை.

[பலபல இடையூறுகளைப் பொறுத்தல்.]

[நெறி.]

292. கோதை அருவிக் குளிர்வரை நன்னாட!—
பேதையோ டியாதும் உரையற்க;
பேதை
உரைப்பிற் சிதைந்துரைக்கும்; ஒல்லும் வகையான்
வழுக்கிக் கழிதலே நன்று.

Don't think it worth while to argue with the simple! He will misunderstand you.

[எழு: நீ (தொகை), பேதை, கழிதல். பயனி: உரையற்க, உரைக்கும், நன்று. பேதையோடியாதும். (வி. 24.)]

[சிநேகத்தின் கடிந்துரை.]

293. காதலார் சொல்லுங் கடுஞ்சொல் லுவந்துரைக்கும்
ஏதிலார் இன்சொலிற் றீதாமோ?
போதெலா,—
மாதர்வண் டார்க்கு மலிகடற் றண்சேர்ப்ப!—
ஆவ தறிவார்ப் பெறின்.

The harsh words of those who love us better than the complaisant words of our foes.

[எழு: கடுஞ்சொல். பயனி: ஆமோ?]

[நெறி.]

294. வேற்றுமை இன்றிக் கலந்திருவர் நட்டக்கால்
தேற்றா ஒழுக்கம் ஒருவன்கண் உண்டாயின்
ஆற்றுந் துணையும் பொறுக்க! பொறான் ஆயில்
தூற்றாதே தூர விடல்.

If your friend act doubtfully, either forgive, or quietly withdraw yourself.

[எழு: ஒருவன் (தொகை.) பயனி: பொறுக்க, விடல்.]

[சிநேகர் பிழை பொறுத்தல்.]

295. இன்னா செயினும் இனிய ஒழிகென்று
தன்னையே தானோவின், அல்லது
துன்னிக்
கலந்தாரைக் கைவிடுதல், கானக நாட!
விலங்கிற்கும் விள்ளல் அரிது.

If a friend do evil to you, think it good, refrain from anger and blame yourself; but never forsake him.

[எழு: கைவிடுதல். பயனி: அரிது. நோவின் அல்லது = நோவதல்லாமல். இனிய ஒழிகு = அவை இனியவையாகும், சினத்தை விட்டுவிடு.]

[பொல்லாத இன்பத்தை ஒழியும் பொறை.]

296. இன்பம் பயந்தாங் கிழிவு தலைவரினும்
இன்பத்தின் பக்கம் இரிந்தக்க!
இன்பம்
ஒழியாமை கண்டாலும், ஓங்கருவி நாட!
பழி ஆகா ஆறே தலை.

Forsake pleasure that brings disgrace. To avoid guilt is the chief matter.

[எழு: ஆறு. பயனி: தலை. இரிந்தக்க = இரிக, இரிந்துபோக.]

[பொறுத்தல் நல்லோர் கடமை.]

297. தம்மை இகழ்ந்தமை தாம்பொறுப்ப தன்றி, மற்
றெம்மை இகழ்ந்த வினைப்பயத்தால்
உம்மை
எரிவாய் நிரயத்து வீழ்வர்கொல் என்று
பரிவதூஉஞ் சான்றோர் கடன்.

To forgive despite and pity the offender's fate is the duty of the good.

[எழு: பரிவதூஉம். பயனி: கடன். இகழ்ந்தமை. (வி. 94.) நிரயத்து. (வி. 63.)]

LI பாடம்.

FORGIVENESS OF INJURIES.

பொறுமை.

[காரணம் பற்றியாவது, அறியாமையாலாவது, ஒருவன் தம்மிடத்திற்குத் தீங்குசெய்த விடத்துத் தாமும் அவனிடத்து அதனைச் செய்யாது பொறுத்தல்.]

[பொறுமைக்கு உவமை.]

298. அகழ்வாரைத் தாங்கு' நிலம்போலத், தம்மை
இகழ்வார்ப் பொறுத்த றலை.

Bear, as the earth does those who dig into it.

[எழு: பொறுத்தல். பயனி: தலை. பொறுத்தறலை = பொறுத்தல் தலை. (வி. 38.)]

[பொறுத்தலும் மறத்தலும் உடையது சாந்தம்.]

299. பொறுத்தல் இறப்பினை என்றும்; அதனை
மறத்தல் அதனினு' நன்று.

Forgive transgressions. To forget is better still.

[எழு: ஒருவன் (தொகை), மறத்தல். பயனி: பொறுத்தல், நன்று. பொறுத்தல். (வி. 85.)]

[பொறையினது சிறப்பு.]

300. ஒறுத்தாரை ஒன்றாக வையாரே, வைப்பர்
பொறுத்தாரைப் பொன்போற் பொதிந்து.

The forbearing are like gold.

[எழு: உலகோர் (தொகை.) பயனி: வையாரே, வைப்பர்.]

[பொறையின் சிறப்பு மாறுமை.]

301. ஒறுத்தார்க் கொருநாளை இன்பம்;
பொறுத்தார்க்குப் பொன்றுந் துணையும் புகழ்.

Revenge has one day's pleasure. Forgiveness, endless praise.

[எழு: இன்பம், புகழ். பயனி: உண்டு (தொகை.)]

[தீமைக்குத் தீமைசெய்யாமை.]

302. திறன் அல்ல தற் பிறர் செய்யினு' நோ நொந்
தறன் அல்ல செய்யாமை நன்று.

Grieve for those who do evil.

[எழு: செய்யாமை. பயனி: நன்று. தற் = தன்னிடத்தில். (வி.152. 35.) அல்ல = அல்லாதவனற்றை. நோ = துன்பத்திற்காக.]

[தீமையை நன்மையால் வெல்லல்.]

303. மிகுதியான் மிக்கவை செய்தாரைத் தாந் தந்
தகுதியான் வென்று விடல்.

Overcome despite by worthy conduct.

[எழு: தாம். பயனி: விடல். விடல். (வி. 85.)]

LII பாடம்.

LUST.

காமம்.

[காமம் பிற வகைக் குற்றங்களுக்கெல்லாம் வழி.]

304. கொலை அஞ்சார், பொய் நாணார், மானமும் ஓம்பார்,
களவொன்றோ ஏனையவுஞ் செய்வார், பழியொடு
பாவம் இஃ தென்னார், பிறிது மற் றென் செய்யார்?
காமங் கதுவப் பட் டார்.

Lust the parent of all crimes.

[எழு: கதுவப்பட்டார். பயனி: அஞ்சார். &c. காமம்=காமத்தினால்.]

[சிற்றின்பத்தாற் கெடுவது பேரின்பம்.]

305. சிற்றின்பஞ் சின் னீர தாயினும், அஃதுற்றார்
மற்றின்பம் யாவையுங் கை விடுப;
முற்றுந் தாம்
பேரின்ப மாக்கடல் ஆடுவார் வீழ்பவோ
பார் இன்பப் பாழ்ங் கும்பி யில்?

For trifling indulgences men lose eternal joys.

[சிற், சின், பேர். (வி. 121.) பாழ்ங். (வி. 30. விடுப, வீழ்ப. வி.81.)]

[மாதர் விழியைப் பழித்தல்.]

306. "தெண்ணீர்க் குவளை," "பொருகயல்" "வேல்," என்று
கண்ணில் புன் மாக்கள் கவற்ற, விடுவனோ?
Woman's eye. உண்ணீர் களைந்தக்கா னுங்கு சூன் றிட்டன்ன
கண்ணீர்மை கண்டொழுகு வேன்.

[எழு: நான் (தொகை.) பயனி: விடுவனோ, ஒழுகுவேன். தெண்ணீர் = தெள், நீர். உண்ணீர் = உள் நீர். (வி. 39.)]

[மாதர் நகையைப் பழித்தல்.]

307. முல்லை முகை முறுவன் முத்தென் றிவை பிதற்றுங்
Women's teeth like Jasmin buds or pearls. I've seen them in the burning ground! கல்லாப் புன் மாக்கள் கவற்ற விடுவனோ?
எல்லாருங் காணப் புறங்காட் டுதிர்ந்துக்க
பல்லென்பு கண்டொழுகு வேன்.

[எழு: யான் (தொகை.) பயனி: விடுவனோ, ஒழுகுவேன்.]

[மாதர் உடலைப் பழித்தல்.]

308. பண்டம் அறியார், படுசாந்துங் கோதையுங்
கொண்டு பா ராட்டுவார், கண்டிலர் கொன்,
The body in the burning ground pecked at by vultures. மண்டிப்
பெடைச்சேவல் வன்கழுகு பேர்த்திட்டுக் குத்தும்
முடைச்சாகா ட்ச்சிற் றுழி?

[எழு: பாராட்டுவார். பயனி: கண்டிலர் கொல்? இட்டு அசைநிலை.]

[மாதர் தலையைப் பழித்தல்.]

309. கழிந்தார் இடுதலை கண்டார்நெஞ் சுட்கக்
குழிந்தாழ்ந்த கண்ணவாய்த் தோன்றி,
ஒழிந்தாரைப்
போற்றி நெறிநின்மின், இற்றிதன் பண்பென்று
சாற்றுங்கொல் சாலச் சிரித்து?

The skull in the burning ground with grinning teeth.

[எழு: தலை. பயனி: சாற்றும். கண்ணவாய்=கண்களையுடையன ஆகி. (வி. 93. 86.) சால. (வி. 120.)]

LIII பாடம்.

CHARITY.

தருமம்.

[எந்நிலைமையாலுந்தருமஞ் செய்யப்படவேண்டும் எனல்.]

310. தம்முடை ஆற்றலு' மானமுந் தோற்றுத்தம்
இன்னுயிர் ஓம்பினும் ஓம்புக,
பின்னர்ச்
சிறுவரை ஆயினு' மன்ற தமக்காங்
கிறுவரை இல்லை எனின்.

Men might preserve life at the expense of power and honour, if they knew that it would endure.

[எழு: ஒருவர் (தொகை.) பயனி: ஓம்புக! தம்முடை = தம்முடைய. (வி. 41.)]

311. ஆவா'நாம் ஆக்க' நசைஇ அற'மறந்து
போவா'நாம் என்னப், புலைநெஞ்சே!
ஓவாது
நின்'றுஞற்றி வாழ்தி எனினு' நின் வாழ்நாள்கள்
சென்றன செய்வ துரை!

Don't think thus shall we live and thus die, my soul! Say what wilt thou do when life is past.

[எழு: நீ (தொகை.) பயனி: உரை. வாழ்தி = வாழ்வாய். (வி. 83.)]

[நாளைக் கடத்தாதுடனே அறம் செய்யவேண்டும் எனல்.]

Delay not! Death stands behind you!

312. இன்று கொல், அன்று கொல், என்று கொல், என்னாது
பின்றையே நின்றது கூற்றம், என் றெண்ணி,
ஒருவுமின் தீயவை, ஒல்லும் வகையான்
மருவுமின் மாண்டார் அறம்.

[எழு: நீவிர் (தொகை.) பயனி: ஒருவுமின், மருவுமின்.]

The results of virtue like a small seed becoming a mighty tree.

313. உறக்குந் துணையதோர் ஆலம்வித் தீண்டி
இறப்ப நிழற்பயந் தாஅங்
கறப்பயனுந்
தான்சிறி தாயினுந் தக்கார்கைப் பட்டக்கால்
வான்சிறிதாப் போர்த்து விடும்.

[எழு: பயன். பயனி: விடும்.]

[நாட்போக்கை உணராதவர்.]

Men never learn how fleeting their days are.

314. வைகலும் வைகல் வரக்கண்டும் அஃதுணரார்;
வைகலும் வைகலை வைகும், என் றின்புறுவர்
வைகலும் வைகற்றம் வாழ்நாண் மேல் வைகுதல்
வைகலை வைத்துணரா தார்.

[எழு: உணராதார். பயனி: இன்புறுவர்.]

[இரப்பிகழ்ச்சி.]

315. மான அருங்கல நீக்கி, இரவென்னும்
ஈன விளிவினால் வாழ்வேன், மன்,
ஈனத்தால்
ஊட்டியக் கண்ணும் உறுதிசேர்ந் திவ்வுடம்பு
நீட்டித்து நிற்கும் எனின்.

One might sustain life at the expense of "the dearest jewel of the soul," honor, if one could be sure of life.

[எழு: நான். பயனி: வாழ்வேன். மான அருங்கலம் = மானம் என்கிற பெறற்கரிய அணி.]

LIV பாடம்.

GOOD MANNERS.

ஒழுக்கம்.

[தங்கள் தங்கள் கடமைகளை நிறைவேற்றி நல்லவர்களாக ஒழுகுதல்.]

[ஒழுக்கத்தின் பயன்.]

316. ஒழுக்கம் விழுப்பந் தரலான்,
ஒழுக்கம் உயிரினும் ஓம்பப் படும்.

Conduct more than life.

[எழு: ஒழுக்கம். பயனி: ஓம்பப்படும்.]

[இதுவுமது.]

317. பரிந்தோம்பிக் காக்க ஒழுக்கந்
தெரிந்தோம்பித் தேரினும், அஃதே துணை.

Cherish rectitude. No other aid.

[எழு: அஃதே. பயனி: துணை.]

[ஒழுக்கமில்லாமையாலுறுபயன்.]

318. அழுக்கா றுடையான்கண் ஆக்கம்போன் றில்லை
ஒழுக்கம் இலான்கண் உயர்வு.

No dignity to him whose conduct is not right.

[எழு: உயர்வு. பயனி: இல்லை.]

[நல்லொழுக்கந் தீயொழுக்கங்கள் பயன்.]

319. நன்றிக்கு வித்தாகு நல்லொழுக்கந்; தீயொழுக்கம்
என்றும் இடும்பை தரும்.

Rectitude the seed of good; its opposite, of evil.

[எழு: நல்லொழுக்கம், தீயொழுக்கம். பயனி: ஆகும், தரும்.]

[ஒழுக்கத்தின் அருமை.]

320. உலகத்தோ டொட்ட ஒழுகல்
பலகற்றுங், கல்லார் அறிவிலா தார்.

Live in conformity with the right usage of the world.

[எழு: அறிவிலாதார். பயனி: கல்லார். செயப்படு: ஒழுகலை.]

LV பாடம்.

BACKBITING.

புறங்கூறாமை.

[காணாத இடத்தே பிறரை இகழ்ந்து பேசாமை.]

[புறங் கூறுவானைக் கண்டஞ்சிய அச்சம்.]

321. பகை இன்று, பல்லார் பழி எடுத் தோதி,
நகை ஒன்றே நன் பயனாக் கொள்வான், பயம் இன்று
மெய் விதிர்ப்புக் காண்பான் கொடிறுடைத்துக் கொல்வான் [போற்
கை விதிர்த் தஞ்சப் படும்.

The man who sports with others' good name will be dreaded as a man who mutilates and murders for amusement.

[எழு: கொள்வான். பயனி: அஞ்சப்படும். கொள்வான் = கொள்பவன். (வி. 95.) அஞ்சப்படும் = அஞ்சப்படுவான். கைவிதிர்த்து = சரீர உறுப்புகள் நடுங்கி. (வி. 137.) இன்று=இன்றி. (நன். 173.) காண்பான்= காணும்பொருட்டு. (வி. 86. 2.)]

[புறங் கூறல் சான்றோரைச் சாராமை.]

322. கடுக்கி ஒருவன் கடுங் குறளை பேசி
மயக்கி விடினு' மனப் பிரிப்பொன் றின்றித்
துளக்கம் இலாதவர் தூய மனத்தார்,
விளக்கினுள் ஒண் சுடரே போன்று.

The good heed not evil speakers. They are like the flame in a lantern.

[எழு: மனத்தார். பயனி: இலாதவர்.]

[புறங் கூறல் இவ்வளவு கொடிதெனல்.]

323. கணமலை நன்னாட!—கண்ணின் றொருவர்
குணனேயுங் கூறற் கரிதாற்
குணன் அழுங்கக்
குற்றம் உழை நின்று கூறுஞ் சிறியவர் கட்
கெற்றால் இயன்றதோ நா?

Hard to enumerate men's good qualities before their face. How does the tongue utter their faults?

[எழு: நா. பயனி: இயன்றதோ? ஆல், அசைச்சொல். குணன் = குணம். (வி. 17.)]

[புறங் கூறலால் தனக்கே உறும் நஷ்டம்.]

324. பொல்லாது சொல்லி மறைந்தொழுகும் பேதைதன்
சொல்லாலே தன்னைத் துயர்ப்படுக்கும்;—
நல்லாய்!—
மணலின் முழுகி மறைந்து கிடக்கு'
நுணலுந் தன் வாயாற் கெடும்.

A fool betrayed by his words. The frog in the sand by its croak.

[எழு: பேதை, நுணல். பயனி: துயர்ப்படுக்கும், கெடும்.]

[புறங்கூறல் தீயோர் பண்பு.]

325. உண்டு குணம்இங் கொருவர்க் கெனினுங் கீழ்
கொண்டு புகல்வதவர் குற்றமே;
வண்டு மலர்ச்
சேக்கை விரும்புஞ் செழும் பொழில் வாய்; வேம்பன்றே
காக்கை விரும்புங் கனி?

The base overlooks all good qualities and speaks only of their bad ones.

[எழு: புகல்வது, வண்டு, வேம்பு. பயனி: குற்றம், விரும்பும், கனி. கீழ். (வி. 162.) வாய். (வி. 63.) கனி. (வி. 131.)]

LVI பாடம்.

BACKBITING.

புறங் கூறாமை.

[புறங்கூறாமையின் மேன்மை.]

326. அறங் கூறான் அல்ல செயினும் ஒருவன்
புறங் கூறான் என்றல் இனிது.

Though in other respects wicked, this is a redeeming quality.

[எழு: என்றல். பயனி: இனிது. கூறான் = கூறாதவனாகி.]

புறங்கூறலில் உறும் கேடு.

327. புறங் கூறிப் பொய்த்துயிர் வாழ்தலிற் சாதல்
அறங்கூறும் ஆக்கந் தரும்.

Better die than live by defaming others.

[எழு: சாதல். பயனி: தரும்.]

[சினத்தாலும் புறங்கூறல் தீது.]

328. கண்ணின்று கண்ணறச் சொல்லினுஞ் சொல்லற்க
முன்னின்று பின்னோக்காச் சொல்.

Better speak mercilessly to a man than evil of him.

[எழு: நீவிர் (தொகை.) பயனி: சொல்லற்க! செயப்படு: சொல் ஊ. பின்னோக்கா = பின்வருங் குற்றத்தை நோக்காத.]

[புறங்கூறலின் தீமை.]

329. அறஞ் சொல்லும் நெஞ்சத்தான் அன்மை
புறஞ் சொல்லும் புன்மையாற் காணப் படும்.

This habit proclaims a man whose heart is a stranger to virtue.

[எழு. அன்மை. பயனி: காணப்படும். தருமம் நன்றென்று சொல்பவனுடைய மனதில் தருமம் இல்லை என்பது.]

[புறங்கூறலால் தனக்கே உறும் புறங்கூறல்.]

330. பிறன்பழி கூறுவான் றன்பழி உள்ளுந்
திறன்றெரிந்து கூறப் படும்.

Such an one is sure to have his worst faults dilated upon.

[எழு: கூறுவான். பயனி: கூறப்படும்.]

[புறங்கூறல் நீக்கும் வகை.]

331. ஏதிலார் குற்றம்போற் றங்குற்றங் காண்கிற் பிற்
தீதுண்டோ மன்னும் உயிர்க்கு?

He who scrutinizes his own faults as he would an enemy's.

[எழு: தீது. பயனி: உண்டோ?]

LVII பாடம்.

TRUTH.

மெய்ம்மை.

[பொய் இன்னதிற் பெரிதெனல்.]

332. இசையா ஒருபொருள் இல்லென்றல் யார்க்கும்
வசை அன்று; வையத் தியற்கை;
நசை அழுங்க
நின்றோடிப் பொய்த்தல் நிரை தொடீஇச் செய்ந்நன்றி
கொன்றாரிற் குற்றம் உடைத்து.

Not wrong to refuse; but quite natural. To lie is worse than even ingratitude.

[எழு: என்றல், பொய்த்தல். பயனி: அன்று, இயற்கை, உடைத்து.]

[வறுமையின் பயன்.]

333. கால் ஆடு போழ்திற் கழிகிளைஞர் வானத்து
மேல்ஆடு' மீனிற் பலர்ஆவர்;
ஏலா
இடர்ஒருவர் உற்றக்கால்,—ஈர்ங்குன்ற' நாட!—
தொடர்புடையேம்' என்பார் சிலர்.

In prosperity friends like the stars. In adversity very few.

[எழு: கிளைஞர், சிலர். பயனி: பலர்ஆவர், என்பார். கால் ஆடு போழ்தில் = முயற்சியாற் செல்வம் உண்டான காலம். ஈர்ம் = ஈரம் = ஈரபாகத்தை உடைய. (வி. 41.)]

[இதுவுமது.]

334. நல்லாவின் கன்று' யின் நாகும் விலைபெறூஉம்;
கல்லாரே ஆயினுஞ் செல்வர்வாய்ச் சொற் செல்லும்;
புல்லீரப் போழ்தின் உழவே போன் மீ'தாடிச்
செல்லாவா' நல்கூர்ந்தார் சோல்.

A good cow's calf sells. Rich men's words pass current. The words of the poor like ploughing in the mire.

[எழு: சொல். பயனி: செல்லும், செல்லாவாம்.]

[கல்வியால் இயற்கைக் குணம் மாறுமை.]

335. இடம்பட மெய்ஞ்ஞானங் கற்பினும் என்றும்
அடங்காதார் என்றும் அடங்கார்;—
தடங்கண்ணாய்!—
உப்பொடு நெய்பா ற'யிர்காயம் பெய்'தடினுங்
கைப்'பறு பேய்ச்சுரையின் காய்.

The wild gourd never can lose its bitterness. So stubborn spirits never bend.

[எழு: அடங்காதார், காய். பயனி: அடங்கார், கைப்பறு.]

[அறநெறி ஒன்று.]

336. ஆவே றுருவின ஆயினும் ஆபயந்த
பால்வே றுருவின அல்லவாம்;
பால்போல்
ஒருதன்மைத் தாகும் அறநெறி; ஆபோல்
உருவு பலகொளல் ஈங்கு.

Cows of many colours; milk always white. Virtue one–many sects.

[எழு: பால், அறநெறி, சமயங்கள் (தொகை.) பயனி: அல்லவாம், ஆகும், கொளல். கொளல் = கொண்டிருக்கும்.]

[நல்வினை தீவினைத் தொடர்பு.]

337. தாஞ்செய் வினை அல்லாற் றம்மொடு செல்வது மற்
றியாங் கணுந் தேரிற், பிறிதில்லை;
ஆங்குத்தாம்
போற்றிப் புனைந்த உடம்பும் பயம் இன்றே
கூற்றங் கொண் டோடும் பொழுது.

In death nothing accompanies a man but his deeds.

[எழு: வினை. பயனி: பிறிதில்லை.]

LVIII பாடம்.

TRUTH.

வாய்மை.

[பொய்யின் பயன்.]

338. தன் னெஞ்சறிவது பொய்யற்க! பொய்த்தபின்
றன் னெஞ்சே தன்னைச் சுடும்.

Lie not wilfully. Conscience will smart.

[எழு: ஒருவன். (தொகை), நெஞ்சு. பயனி: பொய்யற்க! சுடும்.]

[மெய்யின் பயன்.]

339. உள்ளத்தாற் பொய்யா தொழுகின் உலகத்தார்
உள்ளத்துள் எல்லாம் உளன்.

He who is not false-hearted lives in the hearts of all.

[எழு: ஒருவன் (தொகை.) பயனி: உளன்.]

[மெய்யின் மேன்மை.]

340. மனத்தொடு வாய்மை மொழியிற்
றவத்தொடு தானஞ்செய் வாரிற் றலை.

He who speaks the truth from his heart is greater than ascetics and liberal men.

[எழு: ஒருவன் (தொகை.) பயனி: தலை.]

[மெய்யொடு சேர்ந்தது இன்னது.]

341. புறந்தூய்மை நீரான் அமையும்; அகந்தூய்மை
வாய்மையாற் காணப் படும்.

Outward purity obtained by water. Purity of soul from truth.

[எழு: தூய்மை. பயனி: அமையும், படும்.]

[மெய்யின் சிறப்பு.]

342. எல்லா விளக்கும் விளக்கல்ல; சான்றோர்க்குப்
பொய்யா விளக்கே விளக்கு.

Not every lamp a light. The lamp of truth.

[எழு: விளக்கு. பயனி: அல்ல, விளக்கு.]

[மெய்யின் முதன்மை.]

343. யாமெய்யாக் கண்டவற்றுள் இல்லை எனைத்தொன்றும்
வாய்மையி னல்ல பிற.

Nothing like truth.

[எழு: பிற. பயனி: இல்லை.]

LIX பாடம்.

JUST CONCEPTIONS OF THINGS.

மெய்யுணர்வு.

[கடவுள், மோட்சம் முதலியவைகளைப்பற்றிய மெய்யுணர்வு.]

[மெய்யுணர்வின் பயன்.]

To the clearly discerning, no mental darkness; only pure pleasure.

344. இருணீங்கி இன்பம் பயக்கு மருணீங்கி
மாசறு காட்சி யவர்க்கு.

[எழு: இன்பம். பயனி: பயக்கும்.]

[தெளிந்த ஞானம்.]

Heaven nearer than earth to those who have no doubts.

345. ஐயத்தி னீங்கித் தெளிந்தார்க்கு
வையத்தின் வான நணிய துடைத்து.

[எழு: வானம். பயனி: உடைத்து.]

[தீர்ந்த உணர்ச்சி.]

Knowledge is the perception of things as they are.

346. எப்பொருள் எத்தன்மைத் தாயினும் அப்பொருண்
மெய்ப்பொருள் காண்ப தறிவு.

[எழு: அறிவு. பயனி: காண்பது.]

[ஒழுக்கம்.]

Knowledge is that which leads to virtue.

347. சென்ற இடத்தாற் செலவிடா தீதொரீஇ
நன்றின்பால் உய்ப்ப தறிவு.

[எழு: அறிவு. பயனி: உய்ப்பது. இடத்தால் = மனஞ் சென்ற இடத்திலே.—விடா = விடாமல். (வி. 137.)]

[ஆராய்ச்சி ஞானம்.]

348. எப்பொருள் யார்யார்வாய்க் கேட்பினும்
அப்பொருண் மெய்ப் பொருள் காண்ப தறிவு.

Due discrimination necessary to knowledge.

[எழு: அறிவு. பயனி: காண்பது.]

LX பாடம்.

KNOWLEDGE.

அறிவு.

[கல்வி கேள்விகளினல்ஆகிய அறிவோடு உண்மை அறிவு.]

[நுண்ணறிவு.]

349. எண்பொருள வாகச் செலச்சொல்லித் தான்பிறர்வாய்
நுண்பொருள் காண்ப தறிவு.

To be intelligible and intelligent is knowledge.

[எழு: அறிவு. பயனி: காண்பது.]

[உலக ஞானம்.]

350. எவ்வ துறைவ துலகம் உலகத்தோ
டவ்வ துறைவ தறிவு.

Knowledge consists in doing as the world does.

[எழு: அறிவு. பயனி: உறைவது. எவ்வது, அவ்வது. (வி. 56.)]

[அறிவின் பயன்.]

351. அறிவுடையார் ஆவ தறிவார்;
அறிவிலார் அஃதறி கல்லா தவர்.

Those who are possessed of knowledge have an insight into the future.

[எழு: அறிவுடையார், அறிவில்லார். பயனி: அறிவார், அறிகல்லா தவர். அறிகல்லாதவர், அறி, கு, அல்லாதவர். (வி. 108.) ஆவது. (வி. 95.)]

352. அஞ்சுவ தஞ்சாமை பேதைமை;
அஞ்சுவ தஞ்சல் அறிவார் தொழில்.

Not to fear what should be feared is folly.

[எழு: அஞ்சாமை, அஞ்சல். பயனி: பேதைமை, தொழில். செயப் படு: அஞ்சுவதை.]

[அறிவின் மேன்மை.]

353. அறிவுடையார் எல்லாம் உடையார்;
அறிவிலார் என்னுடைய ரேனும் இலர்.

The wise alone are wealthy.

[எழு: அறிவுடையார், இலர். பயனி: உடையார், இலர்.]

[இன்னதெளிது இன்னது அரிதெனல்.]

354. சொல்லுதல் யார்க்கும் எளிய; அரிய வாஞ்
சொல்லிய வண்ணஞ் செயல்.

Easy to say; hard to do.

[எழு: சொல்லுதல், செயல். பயனி: எளிய ஆம்.]

LXI பாடம்.

IGNORANCE.

அறிவின்மை.

[அறிவில்லார்க்கு உரைக்கும் அறம்.]

355. பன்றிக் கூழ்ப் பத்தரிற் றேமா வடித்தற்றால்
நன்றறியா மாந்தர்க் கறத்தா றுரைக்குங்கால்
குன்றின்மேற் கொட்டுந் தறிபோற் றலைதகர்ந்து
சென்றிசையா ஆகுஞ் செவிக்கு.

Sweet mangoes mashed up for pigs: a tree cut down on the top of a hill: good instruction to a fool.

[எழு: அறத்தாறு. பயனி: இசையா ஆகும்.]

[மூடர்க்குரைக்கும் அறிவு.]

356. பாலாற் கழீஇப் பலநாள் உணக்கினும்
வாலிதாம் பக்கம் இருந்தைக் கிருந்தன்று;
Can't make charcoal white.
கோலாற் கடாஅய்க் குறினும் புகல் ஒல்லா
நோலா உடம்பிற் கறிவு.

[எழு: அறிவு. பயனி: புகல் ஒல்லா. கழீஇ, கடாஅய். (வி. 79. 86.) குறினும் = கூறினும். (வி. 41.) வாலிதாம் = வால், இது, ஆம் = வெள்ளி தாகிய. (வி. 93. 87.) (3.)]

[இதுவுமது.]

357. பொழிந்தினிது நாறினும் பூமிசைதல் செல்லா
திழிந்தவை காமுறூஉம் ஈப்போல்,
இழிந்தவை
தாங்கலந்த நெஞ்சினார்க் கென்னாகுந் தக்கார்வாய்த்
தேன்கலந்த தேற்றச்சொற் றேர்வு?

The fly desires not the fragrant honey. The base esteem not sweet and powerful words.

[எழு: தேர்வு. பயனி: என்னாகும்?]

[இதுவுமது.]

358. கற்றார் உரைக்குங் கசடறு நுண்கேள்வி
பற்றாது தன்னெஞ் சுதைத்தலான் மற்றும் ஓர்
தன்போல் ஒருவன் முகநோக்கித் தானும் ஓர்
புன்கோட்டி கொள்ளும் ஆங் கீழ்.

The base rejects the words of the learned and seeks the assembly of congenial fools.

[எழு: கீழ். பயனி: கொள்ளும். செயப்படு: கோட்டியை. ஆல், ஓர், அசைநிலைகள்.]

[மூடனை நாய்க்குவமித்தல்.]

359. கல்லாது நீண்ட ஒருவன் உலகத்து
நல்லறி வாளர் இடைப்புக்கு, மெல்ல
இருப்பினு' நாய் இருந் தற்றே, இராஅ
துரைப்பினு' நாய் குரைத் தற்று.

When a fool speaks he betrays his folly.

[எழு: ஒருவன் இருப்பு (தொகை), உரைப்பு. பயனி: அற்று.]

[மூடர் அறிஞராகாமைக்குதாரணம்.]

360. மிக்குப் பெருகி மிகுபுனல் பாய்ந்தாலும்
உப்பொழிதல் செல்லா ஒலிகடல்போன், மிக்க
இன'நல நன்குடைய ஆயினும் என்றும்
மன'நலம் ஆகா வாங் கீழ்.

The base never changes. The sea receives many streams but is salt still.

[எழு: கீழ். பயனி: ஆகாவாம்.]

LXII பாடம்.

WEALTH UNBLESS'D.

நன்றியில் செல்வம்.

[கொடாதவர் செல்வம் விளாமரம்.]

361. *அருகினை தாகிப் பலபழுத்தக் கண்ணும்,
பொரிதாள் விளவினை வாவல் குறுகா;
பெரித்தணியர் ஆயினும் பீடிலார் செல்வங்
கருதுங் கடப்பாட்ட தன்று.

The wealth of the base not to be desired. The bat does not approach the vilam.

[எழு: வாவல், செல்வம். பயனி: குறுகா, அன்று. *அருகில்தாகி எ—ம் பாடம். (வி. 41.)]

[இதுவுமது. கள்ளி.]

362. அள்ளிக்கொள் வன்ன குறுமுகிழ ஆயினுங்
கள்ளிமேற் கைநீட்டார், சூடும்பூ அன்மையால்;
செல்வம் பெரிதுடையர் ஆயினுங் கீழ்களை
நள்ளார் அறிவுடை யார்.

None pluck the kalli flowers. The wise approach not the base.

[எழு: அறிவுடையார். பயனி: நள்ளார். செயப்படு: கீழ்களை. முகிழ. (வி. 93.)]

[கொடுப்பவர் செல்வம் இனறு.]

363. மல்கு திரைய கடற்கோட் டிருப்பினும்
வல்லூற் றுவர் இல் கிணற்றின்கட் சென்றுண்பர்:
செல்வம் பெரிதுடையர் ஆயினுஞ் சேட்சென்று
நல்குவார் கட்டே நசை.

Though they live on the sea-shore, they go to the fresh spring to drink.

[எழு: ஒருவர், நசை. பயனி: உண்பர், ஆம், (தொகை.) திரைய = திரையையுடைய. நல்குவார் கட்டே = நல்குவாரினிடத்திலே.]

[புண்ணியத்திற்கு இம்மையில் பலனில்லை.]

364. புணர்கடல் சூழ் வையத்துப் புண்ணியமோ வேறே!
உணர்வ துடையார் இருப்ப,
உணர்விலா
வட்டும் வழுதுணையும் போல்வாரும் வாழ்வரே,
பட்டுந் துகிலும் உடுத்து.

Virtue quite another matter. The senseless dressed in silks!

[எழு: புண்ணியம், போல்வார். பயனி: வேறே, வாழ்வரே.]

[இதுவுமது.]

365. பொன்னிறச் செந்நெற் பொதியொடு பீள்வாட
மின்னொளிர் வானங் கடலுள்ளுங் கான்றுகுக்கும்:
வெண்மை உடையார் விழுச்செல்வம் எய்தியக்கால்
வண்மையும் அன்ன தகைத்து.

It rains into the sea, while the rice-corn droops. So the foolish rich dispense their gifts.

[எழு: வண்மை. பயனி: அன்னதகைத்து.]

[செல்வத்தால் உறுபயன்.]

366. ஆகா தெனினும் அகத்துநெய் உண்டாகிற்
போகா தெறும்பு புறஞ்சுற்றும்;
யாதுங்
கொடாஅர் எனினும், உடையாரைப் பற்றி
விடாஅர் உலகத் தவர்.

Ants around the butter-pot, though closed; so men around the wealthy.

[எழு: எறும்பு, உலகத்தவர். பயனி: சுற்றும், விடாஅர்.]

LXIII பாடம்.

CAUTION AND PRUDENCE.

தெரிந்து செயல் வகை.

[ஒருவன் தான் செய்யுந்தொழில்களை ஆராய்ந்து செய்யுந்திறம்.]

[தெரிந்து செயல்வகை நெறி.]

367. அழிவதூஉம், ஆவதூஉம் ஆகி
வழிபயக்கும் ஊதியமுஞ் சூழ்ந்து செயல்.

Carefully consider the profit and loss.

[எழு: ஒருவன். பயனி: செயல். (வி. 85.)]

[எதைத்தெரிதல்.]

368. ஆக்கங் கருதி, முதல் இழக்குஞ் செய்வினை
ஊக்கார் அறிவுடை யார்.

Seeking gain and losing one's capital.

[எழு: அறிவுடையார். பயனி: ஊக்கார். செயப்படு: செய்வினையை.]

[எதுகெடும்.]

369. செய்தக்க அல்ல செயக்கெடும்;
செய்தக்க செய்யாமை யானுங் கெடும்.

He will perish who does improper things or who neglects duties.

[எழு: ஒருவன். பயனி: கெடும் = கெடுவான். (வி. 137.) செய்தக்க = செய்யத்தக்க. தக்க அல்ல = தகாதவைகளை.]

[எப்பொழுது தெரிதல்.]

370. எண்ணித் துணிக கருமந்! துணிந்தபின்
எண்ணுவம் என்ப திழுக்கு.

Calculate before you venture! To venture first and then to think is folly.

[எழு: ஒருவன், என்பது. பயனி: துணிக, இழுக்கு.]

[எவரைத்தெரிதல்.]

371. நன்றாற்றல் உள்ளுந் தவறுண் டவர்அவர்
பண்பறிந் தாற்றாக் கடை.

Even good becomes faulty if there is no discrimination.

[எழு: தவறு. பயனி: உண்டு.]

[எதைத்தெரிதல்.]

372. எள்ளாத எண்ணிச் செயல்வேண்டுந்: தம்மொடு
கொள்ளாத கொள்ளா துலகு.

Act with a regard to general opinion. The world will not tolerate excentricities.

[எழு: செயல், உலகு. பயனி: வேண்டும், கொள்ளாது.

LXIV பாடம்.

ESTIMATION OF RESOURCES.

வலி அறிதல்.

[நால்வகை வலிமைகளையும் அளந்து அறிதல்.]

[அரசன் வலி அறிதல்.]

373. வினைவலியுந் தன்வலியு' மாற்றான் வலியுந்
துணைவலியுந் தூக்கிச் செயல்.

Estimate these four carefully.

[எழு: ஒருவன் (தொகை.) பயனி: செயல். (வி. 85.)]

[தன் வலி அறிதல்.]

374. அமைந்தாங் கொழுகான், அளவறியான், றன்னை
வியந்தான் விரைந்து கெடும்.

The rash, the injudicious and the braggart will perish.

[எழு: ஒழுகாதவனும் அறியாதவனுமாகி வியந்தவன். பயனி: கெடும். (வி. 137.)]

[தனக்குள்ளதை அறிதல்.]

375. பீலிபெய் சாகாடும் அச்சிறும், அப்பண்டஞ்
சால மிகுத்துப் பெயின்.

A load of peacock's feathers even will break down the bandy.

[எழு: சாகாடு. பயனி: இறும்.]

[தன்வினையை அறிதல்.]

376. நுனிக்கொம்பர் ஏறினார் அஃதிறந் தூக்கின்
உயிர்க்கிறுதி ஆகி விடும்.

One on the end of a bough will perish if he tries to go beyond.

[எழு: அவ்வெழுச்சி. பயனி: விடும். கொம்பர். (வி. 17.)]

[தன்வரத்து அறிதல்.]

377. ஆற்றின் அளவறிந் தீக! அது பொருள்
போற்றி வழங்கு நெறி.

Give in proportion to your income.

[எழு: ஒருவன் (தொகை), அது. பயனி: ஈக, நெறி.]

[தெரிந்து நடவாதவன் முடிவு.]

378. அளவறிந்து வாழாதான் வாழ்க்கை உள போல
இல்லாகித் தோன்றாக் கெடும்.

Prosperity will soon depart if a man does not live according to his resources.

[எழு: வாழ்க்கை. பயனி: கெடும்.]

LXV பாடம்.

FOLLY.

பேதைமை.

[அறிவின்மையால் மறுமைக்குறுதியையும் இம்மைப்பயனையும் இகழ்தல்.]

[பேதைமை இன்னது.]

379. பேதைமை என்பதொன் றியாதெனின், ஏதங்கொண்
டூதியம் போக விடல்.

Folly to let go real gain.

[எழு: பேதைமை. பயனி: விடல்.]

[பேதைமை விகற்பம்.]

380. பேதைமையுள் எல்லாம் பேதைமை, காதன்மை
கையல்ல தன்கட் செயல்.

Folly to love what is not attainable.

[எழு: பேதைமை. பயனி: செயல். கையல்லதன்கண் = கை, அல்லது, அன், கண். (வி. 93. 123. 63.)]

[இந்நான்கும் பேதைதொழில்.]

381. நாணாமை நாடாமை நாரின்மை யாதொன்றும்
Apathy the mark of a fool. பேணாமை பேதை தொழில்.

[எழு: இந்நான்கும். பயனி: தொழில்.]

[பேதைகளின் விகற்பம்.]

382. ஓதி உணர்ந்தும், பிறர்க்குரைத்துந், தான்அடங்காப்
No fool like him who learns and teaches and does not himself obey. பேதையிற் பேதையார் இல்.

[எழு: பேதையார். பயன்: இல்.]

[பேதையின் குணம்.]

383. ஏதிலார் ஆரத் தமர்பசிப்பர்,
When the fool grows rich strangers are filled and his own hunger. பேதை பெருஞ்செல்வம் உற்றக் கடை.

[எழு: தமர். பயனி: பசிப்பர்.]

[பேதையின் இழிமை.]

384. கழாஅக்கால் பள்ளியுள் வைத்தற்றாற், சான்றோர்
Like going to bed with feet unwashed. குழாஅத்துப் பேதை புகல்.

[எழு: புகல். பயனி: அற்று. கழாஅ = கழுவாத. (வி. 41, 91.) ஆல், அசை. குழாஅத்து, குழாம், அத்து. (வி. 41. 66. 152.)]

LXVI பாடம்.

FOOLISH SPEAKING.

பயனில்லாதசொல்.

[தமக்கும் பிறருக்கும் பிரயோசனம் ஒன்றையுந் தராத சொற்கள்.]

[பயனிலாதவை சொல்லலாலாகிய பயன்.]

385. பல்லார் முனியப் பயனில சொல்லுவான்
எல்லாரும் எள்ளப் படும்.

The vain talker despised by all.

[எழு: சொல்லுவான். பயனி: எள்ளப்படும். எல்லாரும் = எல்லாராலும். (வி. 152.) எள்ளப்படும். (வி. 137.)]

[பயனிலாதவை சொல்லியவனின் இழிவு.]

386. பயனில்சொற் பாராட்டு வானை மகன்எனல்!
மக்கட் பதடி எனல்!

Don't call him "man," call him "chaff of mankind!"

[எழு: ஒருவன் (தொகை.) பயனி: எனல், எனல். (வி. 92.) எனல். (வி. 85.)]

[பயனிலாத சொல் இன்னாதிலும் இழிவெனல்]

387. நயனில சொல்லினுஞ் சொல்லுக; சான்றோர்
பயனில சொல்லாமை நன்று.

Even though unkind words be spoken, never speak useless words.

[எழு: ஒருவன் (தொகை), சொல்லாமை. பயனி: சொல்லுக! நன்று.]

[இன்னார் பயனில்லாத சொல் சொல்லார் எனல்.]

388. அரும்பயன் ஆயும் அறிவினார் சொல்லார்
பெரும்பயன் இல்லாத சொல்.

They who seek for rare wisdom will not utter unprofitable words.

[எழு: அறிவினார். பயனி: சொல்லார்.]

[இதுவுமது.]

389. பொருடீர்ந்த பொச்சாந்துஞ் சொல்லார்,
மருடீர்ந்த மாசறு காட்சி யவர்.

Those who see truth without bewilderment will not even forgetfully utter profitless words.

[எழு: காட்சியவர். பயனி: சொல்லார். செயப்படு: பொருள் தீர்ந்தவைகளை.]

[அறிவில்லாதவரது செறிவில்லாமை.]

390. அறைபறை அன்னர் கயவர், தாங் கேட்ட
மறைபிறர்க் குய்த்துரைக்க லான்.

The mean are like a drum, proclaiming every secret.

[எழு: கயவர். பயனி: அன்னர்.]

LXVII பாடம்.

ENVY.

பொறாமை.

[பிறர் செல்வம் முதலானவை கண்டவிடத்துப் பொறாமைப்படாமை.]

[பொறாமைக்கு இன்னதில்லை எனல்.]

391. அறன் ஆக்கம் வேண்டாதான் என்பான்
பிறன் ஆக்கம் பேணா தழுக்கறுப் பான்.

He does not desire virtue or success who lives in envy.

[எழு: என்பான். பயனி: அழுக்கறுப்பான். வேண்டாதான் என் பான் = வேண்டாதவன் என்று சொல்லப்படுபவன். அறன் ஆக்கம். (வி. 156.)]

392. அழுக்கா றுடையார்க் கதுசாலும்; ஒன்னார்
வழுக்கியுங் கேடீன் பது.

His envy enough to ruin a man, though his enemies fail.

[எழு: அது, அது (தொகை.) பயனி: சாலும், ஈன்பது.]

[பொருமையினல் இன்னது கெடும் எனல்.]

393. கொடுப்ப தழுக்கறுப்பான் சுற்றம்
உடுப்பதூஉம் உண்பதூஉம் இன்றிக் கெடும்.

The family of him who grudges his neighbour's gifts will perish.

[எழு: சுற்றம். பயனி: கெடும்.]

[இவர்கள் செழிப்பதில்லை.]

394. அவ்விய நெஞ்சத்தான் ஆக்கமுஞ்
செவ்வியான் கேடு' நினைக்கப் படும்.

The prosperity of the envious and the destruction of the just would be a puzzle.

[எழு: ஆக்கம், கேடு. பயனி: நினைக்கப்படும்.]

[உட்பகை கொண்ட குடி.]

395. அரம்பொருத பொன்போலத் தேயும்
உரம்பொரு துட்பகை உற்ற குடி.

The malicious household destroyed like gold by the file.

[எழு: குடி. பயனி: தேயும்.]

[கீழ்மக்கள் பொருமை.]

396. உடுப்பதூஉம் உண்பதூஉங் காணிற் பிறர்மேல்
வடுக்காண வற்றாகுங் கீழ்.

The base envies his neighbour's clothes and food.

[எழு: கீழ். பயனி: ஆகும். வற்று = வல் + து. (வி. 93.) ஆகும். (வி. 137.) கீழ். (வி. 163.)]

LXVIII பாடம்.

HOSPITALITY.

விருந்தோம்பல்.

[விருந்தினரை உபசரித்தல்.]

[இல்வாழ்க்கையின் இயல்பு.]

397. விருந்து புறந்தரான், வேளாண்மை செய்யான்,
பெருந்தக் கவரையும் பேணுன்,
பிரிந்துபோய்க்
கல்லான், கடுவினை மேற்கொண் டொழுகும் ஏல்,
இல்வாழ்க்கை என்ப திருள்.

What is domestic felicity if such an one can be said to flourish?

[எழு: இல்வாழ்க்கை. பயனி: இருள். தரான், செய்யான், பேணுன், கல்லான், இவை எதிர்மறைப் பெயரெச்சத்தால் உண்டாகும் வினைப் பெயர்கள். (வி. 95. = தராதவன், செய்யாதவன், பேணுதவன், கல்லாத வன்.) ஒழுகும் = ஒழுகுவான். (வி. 137.)]

[விருந்தின் தன்மை.]

398. அட்டுண்டு வாழ்வார்க் கதிதிகள், எஞ்ஞான்றும்
அட்டுண்ணு மாட்சி உடையவர்;
அட்டுண்டு
வாழ்வார்க்கு வாழ்வார் அதிதிகள் என்றுரைத்தல்
வீழ்வார்க்கு வீழ்வார் துணை.

The benefit of hospitality.

[எழு: அதிதிகள், வீழ்வார். பயனி: உடையவர், துணை.]

[விருந்தோம்பலின் பயன்.]

399. வருவிருந்து வைகலும் ஓம்புவான் வாழ்க்கை
பருவந்து பாழ்படுதல் இன்று.

His wealth never decays who cherish ever the coming guest.

[எழு: வாழ்க்கை. பயனி: இன்று. வரு = வரும்.]

[விருந்தோம் பாமை.]

400. உடைமையுள் இன்மை விருந்தோம்பல் ஓம்பா
Poverty amidst wealth is want of hospitality.
மடமை; மடவார்கண் உண்டு.

[எழு: இன்மை, அது (தொகை.) பயனி: மடமை, உண்டு.]

[விருந்தினர்.]

401. மோப்பக் குழையும் அனிச்ச' முகந்திரிந்து
The anicham flower fades if you smell it; so a guest if the host's face be averted.
நோக்கக் குழையும் விருந்து.

[எழு: அனிச்சம், விருந்து. பயனி: குழையும். மோப்ப. (வி. 86.)]

LXIX பாடம்.

THE FEAR OF SIN.

தீவினை அச்சம்.

[பாவங்களாய் உள்ளவைகளைச்செய்தற்கு அஞ்சுதல்.]

[தீவினைத்தன்மை.]

402. தீயவை தீய பயத்தலாற் றீயவை
Evil worse than fire.
தீயினும் அஞ்சப் படும்.

[எழு: தீயவை. பயனி: அஞ்சபப்படும். தீயவை, தீய. (வி. 93.)]

[தீவினைப் பயன்.]

403. மறந்தும் பிறன்கேடு சூழற்க! சூழின்
He who meditates evil to others will perish.
அறஞ்சூழுஞ் சூழ்ந்தவன் கேடு.

[எழு: ஒருவன் (தொகை), அறம். பயனி: சூழற்க, சூழும்.]

[இதுவுமது.]

404. தீப்பால தான் பிறர்கட் செய்யற்க நோய்ப்பால
Don't injure others unless you wish to perish.
தன்னை அடல்வேண்டா தான்.

[எழு: வேண்டாதான். பயனி: செய்யற்க. தீப்பால = தீமைக்கூறு டைய வினைகள்.]

[இதுவுமது.]

405. எனைப்பகை உற்றாரும் உய்வர்;
You may escape from other foes; not from a just retribution.
வினைப்பகை வீயாது பின்சென் றடும்.

[எழு: உற்றாரும், வினைப்பகை. பயனி: உயவர், அடும்.]

[இதுவுமது.]

406. தீயவை செய்தார் கெடுதல் நிழற்றன்னை
Destruction, like a shadow, dogs the steps of the evil-doer.
வீயா தடி உறைந் தற்று.

[எழு: கெடுதல். பயனி: அற்று.]

[இதுவுமது.]

407. தன்னைத்தான் காதலன் ஆயின், எனைத்தொன்றுந்
If you love yourself commit no evil.
துன்னற்க தீவினைப் பால்.

[எழு: ஒருவன் (தொகை.) பயனி: துன்னற்க!]

LXX பாடம்.

UNWORTHY CONDUCT.

கூடா ஒழுக்கம்.

[அறத்தோடு பொருந்தாதாகிய தீய ஒழுக்கம்.]

[மனத்தூய்மை.]

408. வான்உயர் தோற்றம் எவன்செய்யுந் தன்னெஞ்சந்
தான்அறி குற்றப் படின்?

What is appearance when a man does what his conscience disapproves of?

[எழு: தோற்றம். பயனி: செய்யும்.]

[புற வடிவம்.]

409. வலியி னிலைமையான் வல்லுருவம் பெற்றம்
புலியின்றோல் போர்த்துமேய்ந் தற்று.

The weak man like a cow with a tiger's skin.

[எழு: உருவம். பயனி: அற்று. வலியினிலைமையான் = வல்லமை இல்லாத இயல்புடையான்.]

[தவவேடம்.]

410. தவமறைந் தல்லவை செய்தல்,
புதன்மறைந்து வேட்டுவன் புட்சிமிழ்த் தற்று.

The hypocrite like the fowler in the thicket.

[எழு: செய்தல். பயனி: அற்று. தவம்=தவவேஷத்திலே. (வி. 162.)]

[இதுவுமது.]

411. நெஞ்சிற் றுறவார் துறந்தார்போல்
வஞ்சித்து வாழ்வாரின் வன்கணார் இல்.

None so bad as the pretended ascetic.

[எழு: வன்கணார். பயனி: இல்.]

[இதுவுமது.]

412. மனத்தது மாசாக, மாண்டார் நீர் ஆடி
மறைந்தொழுகு மாந்தர் பலர்.

Many who hide themselves under water.

[எழு: மாந்தர். பயனி: பலர். மாண்டார்=மாட்சிமையுள்ளவர்களாக.]

[ஒழிக்கத்தக்கவை.]

413. மழித்தலு நீட்டலும் வேண்டா, உலகம்
பழித்த தொழித்து விடின்.

No need of shaving, or of letting hair grow if you avoid scandalous evils.

[எழு: மழித்தலும் நீட்டலும். பயனி: வேண்டா.]

LXXI பாடம்.

ABSTAINING FROM INJURING OTHERS.

இன்னா செய்யாமை.

[தனக்கு ஒரு பயனைக்குறித்தாவது, வைரம்பற்றிஆவது, சோர்வினால் ஆவது, ஒருயிருக்குத் துன்பந் தருபவைகளைச் செய்யாமை.]

[பெரியோர் செய்கை.]

414. சிறப்பீனுஞ் செல்வம் பெறினும்
பிறர்க்கின்னா செய்யாமை மாசற்றார் கோள்.

The good are never tempted to harm others.

[எழு: செய்யாமை. பயனி: கோள்.]

[தீமைக்கு நன்மை.]

415. இன்னாசெய் தாரை ஒறுத்தல் அவர்நாண
நன்னயஞ் செய்து விடல்.

Shame evil-doers with good.

[எழு: ஒறுத்தல். பயனி: விடல்.]

[இரக்கம்.]

416. அறிவினுன் ஆகுவ துண்டோ, பிறிதினோய்
தந்நோய் போற் போற்ருக் கடை?

To feel others' woes as our own is the highest result of learning.

[எழு: ஆகுவது. பயனி: உண்டோ.]

[அறிந்து தீமை செய்யாமை.]

417. இன்ன எனத்தான் உணர்ந்தவை
துன்னுமை வேண்டும் பிறன்கட் செயல்.

Do not to others what you would not suffer from them.

[எழு: துன்னுமை. பயனி: வேண்டும்.]

[புண்ணியம்.]

418. எனைத்தானும் எஞ்ஞான்றும் யார்க்கு மனத்தான
மாணு செய் யாமை தலை.

To abstain from wilful evil is the highest virtue.

[எழு: செய்யாமை. பயனி: தலை. மாணு = தகாதவைகளை.]

[அதிசயம்.]

419. தன்னுயிர்க் கின்னுமை தான் அறிவான் என்கொலோ
மன்னுயிர்க் கின்ன செயல்?

Who would do hurt to others when he felt the pain of it himself?

[எழு: செயல். பயனி: என்கொல்.]

LXXII பாடம்.

PERSEVERING EFFORT.

தாளாண்மை.

[முயற்சியை ஆளுந்தன்மை; முயற்சி உடைமை.]

[பேராண்மை.]

What is high birth without manly effort, that diffuses the fragrance of a good name around?

420. தீங்கரும் பீன்ற திரள்கால் உளே அலரி
தேங் கமழ் நாற்றம் இழந்தாஅங்
கோங்கும்
உயர்குடி யுட்பிறப்பின் என்னும், பெயர் பொறிக்கும்
பேராண்மை இல்லாக் கடை?

[எழு: என். பயனி: ஆம். தீங்கரும்பீன்ற மு—ன=இனிய கரும்பு ஈனப் பட்ட திரண்ட தாளேயும் மயிரைப்போன்ற தூய்மையையும் உடைய பூ இனிதாக மணங்கமழுகிற வாசனேயை இழந்தாற்போல. (வி. 152—7.)]

[தாளாண்மையின் இயல்பு.]

The base eat the food given by the great; what the persevering acquire by effort is ambrosia.

421. பெரு முத்தர் ஐயர் பெரிதுவந் தீயுங்
கருனேச்சோ றார்வர் கயவர்;
கருனேயைப்
பேரும் அறியார் நனி விரும்பு தாளாண்மை
நீரும் அமிழ்தாய் விடும்.

[எழு: கயவர், நீரும். பயனி: ஆர்வர், விடும். கருனேச்சோறு. (வி. 156.)]

[இதுவுமது.]

422. இசையா தெனினும் இயற்றிஓர் ஆற்றால்
அசையாது நிற்பதாம் ஆண்மை!
இசையுங்கால்—
கண்டறிஞா அலைக்கும் கானல் அந் தண் சேர்ப்ப!—
பெண்டிரும் வாழாரோ மற்று?

To persevere against difficulties is worthy of man.

[எழு: ஆண்மை, பெண்டிரும். பயனி: நிற்பதாம், வாழாரோ.]

[சுற்றத்தாரின் பயன்.]

423. வயாவும், வருத்தமும், ஈன்றக்கா ஞோவும்,
கவாஅன் மகற்கண்டு தாய்மறந் தாஅங்
கசாஅத்தான் உற்ற வருத்தம் உசாஅத்தன்
கேளிரைக் காணக் கெடும்.

Suffering forgotten when one sees one's friends around.

[எழு: வருத்தம். பயனி: கெடும். கவான் = தொடையினிடத்தில். அசா = தளர்ச்சியால். (வி. 152.) உசா = சூழ்ச்சியையுடைய. (வி. 152.) மகற் = மகனை.]

[நல்லோர் கடன்.]

424. அழன்மண்டு போழ்தின் அடைந்தவர்கட் கெல்லா
நிழன்மரம் போ னேர் ஒப்பத் தாங்கிப்
பழுமரம் போற்
பல்லார் பயன்றுய்ப்பத் தான்வருந்தி வாழ்வதே
நல்லாண் மகற்குக் கடன்.

Both fruit and shade.

[எழு: வாழ்வது. பயனி: கடன்.]

[இதுவுமது.]

425. அடுக்கன் மலைநாட!—தற்சேர்ந் தவரை
எடுக்கலம் என்னூர் பெரியோர்;—அடுத் தடுத்து
வன்காய் பலபல காய்ப்பினும் இல்லையே
தன்காய் பொறுக்கலாக் கொம்பு.

The wise never refuse to sustain their kindred. The bough bears all the fruits.

[எழு: பெரியோர், கொம்பு. பயனி: என்றூர், இல்லையே. எடுக்கலம்= எடுக்கமாட்டோம். (எடு, கு, அலம். வி. 93. 108. 135.) பொறுக்கலா= பொறுக்கமாட்டாத.]

LXXIII பாடம்.

EVIL ASSOCIATION.

சிற்றினஞ் சேராமை.

[அறிவைவேறுபடுத்தி,இருமையுங் கெடுக்கும்இனத்தைப்பொருந்தாமை.]

[சிற்றினம் சேர்வர், சேராதவர்.]

426. சிற்றினம் அஞ்சும் பெருமை; சிறுமைதான்
சுற்றமாய்ச் சூழ்ந்து விடும்.

The great fear and the mean cultivate the friendship of the low.

[எழு: பெருமை, சிறுமை. பயனி: அஞ்சும், விடும். பெருமை. (வி. 162.)]

[இனத்தின் பயன்.]

427. நிலத்தியல்பா னீர்திரிந் தற்றாகும்; மாந்தர்க்
கினத்தியல்ப தாகும் அறிவு.

Water takes its taste from the soil.

[எழு: அறிவு. பயனி: அற்றாகும்.]

[இதுவுமது.]

428. மனத்தான்ஆ' மாந்தர்க் 'குணர்ச்சி;
இனத்தான்ஆம் இன்னான் எனப்படுஞ் சொல்.

The mind makes the man. Association gives character.

[எழு: உணர்ச்சி, சொல். பயனி: ஆம்.]

[இதுவுவது.]

429. மனந்தூய்மை செய்வினை தூய்மை இரண்டும்
இனந்தூய்மை தூவா வரும்.

Purity of mind, deed and connexion.

[எழு: இரண்டும். பயனி: வரும்.]

[இதுவுமது.]

430. மன நல' மன்னுயிர்க் 'காக்கம்;
இன நலம் எல்லாப் புகழுந் தரும்.

Sterling qualities of mind. Good connections.

[எழு: மனநலம், இனநலம். பயனி: ஆக்கம், தரும்.]

[இதுவுமது.]

431. நல்லினத்தின் ஊங்குந் துணை இல்லை; தீயினத்தின்
அல்லற் படுப்பதூஉம் இல்.

No help like good connections. Nothing brings sorrow like evil connections.

[எழு: துணை, படுப்பதூஉம். பயனி: இல்லை, இல்.]

LXXIV பாடம்.

RELATIVES.

சுற்றத்தார்.

[சுற்றத்தார் செய்கை.]

432. பற்'றற்ற கண்ணும் பழமைபா ராட்டுதல்
சுற்றத்தார் கண்ணே உள.

Faithfulness even in adversity.

[எழு: பாராட்டுதல். பயனி: உள.]

[சுற்றத்தாரின் நன்மை.]

433. விருப்பறாச் சுற்றம் இயையின்
அருப்பறா ஆக்கம் பலவுந் தரும்.

Attached relatives give ever blooming prosperity.

[எழு: அது (அப்படி இயைதல்.) பயனி: தரும்.]

[அளவறிந்து வாழ்தல்.]

434. அளவளா வில்லாதான் வாழ்க்கை,
குளவளாக் கோடின்றி நீர்நிறைந் தற்று.

The prosperity of the man who does not confide in his friends is like a full tank without a bank.

[எழு: வாழ்க்கை. பயனி: அற்று.]

[செல்வப் பயன்.]

435. சுற்றத்தாற் சுற்றப் பட ஒழுகல், செல்வந் தான்
பெற்றத்தாற் பெற்ற பயன்.

The end of wealth is living surrounded by one's kindred.

[எழு: ஒழுகல். பயனி: பயன். பெற்றத்தால் = பெற்றதால். (வி. 41.)]

[கொடை மாட்சி.]

436. பெருங் கொடையான், பேணான் வெகுளி, அவனின்
மருங்குடையார் மா நிலத் தில்.

The liberal and mild have endless relations.

[எழு: உடையார். பயனி: இல்.]

[காக்கை.]

437. காக்கை கரவா கரைந்துண்ணும்;
ஆக்கமும் அன்னநீ ரார்க்கே உள.

The crow eats openly calling its friends; wealth belongs to such.

[எழு: காக்கை, ஆக்கமும். பயனி: உண்ணும், உள.]

LXXV பாடம்.

THEFT.

களவு.

[பிறர் உடைமையாய் உள்ளவைகளில் யாதொருபொருளை அவரை வஞ்சித்துக்கொள்ளுதல்.]

[களவு நினைவு.]

438. உள்ளத்தால் உள்ளலுந் தீதே, பிறன் பொருளைக்
கள்ளத்தாற் கள்வேம் எனல்.

It is evil even to covet one's neighbour's good.

[எழு: உள்ளலும். பயனி: தீதே. எனல் = என்பதை, என்ற நினைவை.]

[களவின் தீமை.]

439. களவினால் ஆகிய ஆக்கம்
அளவிறந் தாவது போலக் கெடும்.

The gain of theft is only seeming: it perishes.

[எழு: ஆக்கம். பயனி: கெடும்.]

[இதுவுமது.]

440. எள்ளாமை வேண்டுவான் என்பான் எனைத்தொன்றுங்
கள்ளாமை காக்க தன் னெஞ்சு!

He who would not be despised must guard his mind.

[எழு: வேண்டுவான். பயனி: காக்க. கள்ளாமை = கள்ளாமல். காக்க. (வி. 85.)]

[பெரியோர் கைவிடல்.]

441. களவென்னுங் கார் அறி வாண்மை
அளவென்னும் ஆற்றல் புரிந்தார்கண் இல்.

Such folly not found among the discriminating.

[எழு: காரறிவாண்மை. பயனி: இல். கார் + அறிவு + ஆண்மை = காரறிவாண்மை = தீமையாகிய அறிவு = திருட்டுத்தொழிலுக்குற்ற உபாயம், தந்திரம், விவேகமுதலானவை.]

442. களவின்கட் கன்றிய காதல்
விளைவின்கண் வீயா விழுமந் தரும்.

The desire of theft brings undying sorrow.

[எழு: காதல். பயனி: தரும்.]

[களவு இயற்கை.]

443. அளவறிந்தார் நெஞ்சத் தறம்போல நிற்குங்
களவறிந்தார் நெஞ்சிற் கரவு.

Virtue natural to these. Deceit to those.

[எழு: கரவு. பயனி: நிற்கும்.]

LXXVI பாடம்.

GAMBLING.

சூது.

[அறம் பொருள் இன்பங்களுக்குத் தடையாகிய சூதாடல்.]

[சூதின் தீமை.]

444. வேண்டற்க வென்றிடினுஞ் சூதினை! வென்றதூஉம்
தூண்டிற் பொன் மீன்விழுங்கி யற்று.

Temporary winning only a bait for the unwary.

[எழு: ஒருவன் (தொகை), வென்றதூஉம். பயனி: வேண்டற்க, அற்று.]

[இதுவுமது.]

445. ஒன்றெய்தி, நூறிழக்குஞ் சூதர்க்கும் உண்டாங்கொல்
நன்றெய்தி வாழ்வதோர் ஆறு?

To gain one and loose a hundred.

[எழு: ஆறு. பயனி: உண்டாங்கொல்.]

[இதுவுமது.]

446. சிறுமை பலசெய்து சீர்அழிக்குஞ் சூதின்
Sure cause of poverty. வறுமை தருவதொன் றில்.

[எழு: ஒன்று. பயனி: இல்.]

[இதுவுமது.]

447. பழகிய செல்வமும் பண்பும் கெடுக்குங்
It ruins estate and disposition. கழகத்துக் காலை புகின்.

[எழு: அது (தொகை.) பயனி: கெடுக்கும்.]

[இதுவுமது.]

448. உடை, செல்வம், ஊண், ஒளி, கல்வி என் றைந்தும்
He will possess neither garment, money, food, fame nor learning. அடையாவாம் ஆயங் கொளின்.

[எழு: ஐந்தும். பயனி: அடையா.]

[இம்மையிலும் மறுமையிலுந் துன்பத்தை உண்டாக்கும்.]

449. பொருள்கெடுத்துப் பொய்மேற் கொளீஇ,
It destroys one's estate, and subjects one to falsehood and distress. அருள்கெடுத் தல்லல் உழப்பிக்குஞ் சூது.

[எழு: சூது. பயனி: உழப்பிக்கும்.]

LXXVII பாடம்.

ABSTINENCE FROM INTOXICATING DRINKS.

கள்ளுண்ணாமை.

[கள்ளுண்ணலின் இழிவு.]

450. உட்கப் படாஅர், ஒளிஇழப்பர், எஞ்ஞான்றுங்
None fears, and none esteems the man who loves drink. கட்காதல் கொண்டொழுகு வார்.

[எழு: ஒழுகுவார். பயனி: படாஅர், இழப்பர். கட்காதல்கொண்டு= கள்ளின்மேல் ஆசை கொண்டு. (வி. 152. 34.)]

[இதுவுமது.]

451. உண்ணற்க கள்ளை! உணில் உண்க, சான்றோரால்
எண்ணப் படவேண்டா தார்.

Those only drink who desire contempt.

[எழு: ஒருவன் (தொகை.) வேண்டாதார். பயனி: உண்ணற்க! உண்க!]

[இதுவுமது.]

452. நாண் என்னு' நல்லாள் புறங் கொடுக்கும் கள்ளென்னும்
பேணுப் பெருங் குற்றத் தார்க்கு.

Modesty will depart from those who are addicted to this despicable fault.

[எழு: நல்லாள். பயனி: கொடுக்கும்.]

[இதுவுமது.]

453. துஞ்சினர் செத்தாரின் வேறல்லர்; எஞ்ஞான்று'
நஞ்சுண்பார் கள்ளுண் பவர்.

The sleeping are like the dead. So they who drink take poison.

[எழு: துஞ்சினர், உண்பவர். பயனி: அல்லர், உண்பார்.]

[கள்ளுண்ணலின் தீமை.]

454. களித்தறியேன் என்பது கைவிடுக! நெஞ்சத்
தொளித்ததூஉம் ஆங்கே மிகும்.

Don't do it even secretly. The fault concealed in the mind increases.

[எழு: ஒருவன் (தொகை.) ஒளித்தது. பயனி: கைவிடுக! மிகும்.]

[இவனைத் தெளிவித்தல் முடியாமை.]

455. களித்தானைக் காரணங் காட்டுதல் கீழ்நீர்க்
குளித்தானைத் தீத்துரீஇ யற்று.

Trying to convince a drunkard is like taking a light to seek a man under water.

[எழு: காட்டுதல். பயனி: அற்று. தீத்துரீஇயற்று = விளக்கினால் தேடுதலை ஒக்கும். (வி. 152. 79.)]

LXXVIII பாடம்.

FORGETTING ONE'S SELF.

மறதி.

[அழகுஞ், செல்வமும், ஆற்றலும் முதலானவைகளால் மகிழ்ந்து, செய்யத்தக்க காரியங்களைச் செய்யாமல் மறந்துவிடுதல்.]

[மறதி இன்னதினும் தீது எனல்.]

456. இறந்த வெகுளியிற் றீதே சிறந்த
உவகை மகிழ்ச்சியிற் சோர்வு.

Forgetting one's self through pride worse than passion.

[எழு: சோர்வு. பயனி: தீது.]

[மறதியின் தீமை.]

457. பொச்சாப்புக் கொல்லும் புகழை; அறிவினை
நிச்ச நிரப்புக்கொன் றாங்கு.

Poverty destroys learning, so this destroys reputation.

[எழு: பொச்சாப்பு. பயனி: கொல்லும்.]

[இதுவுமது.]

458. அச்சம் உடையார்க் கரண் இல்லை; ஆங்கில்லைப்
பொச்சாப் புடையார்க்கு நன்கு.

No good to these; as no defence to the coward.

[எழு: நன்கு. பயனி: இல்லை.]

[இதுவுமது.]

459. முன்னுறக் காவா திழுக்கியான் றன்பிழை
பின்னூ றிரங்கி விடும்.

He will rue when it is too late to guard himself.

[எழு: இழுக்கியான். பயனி: விடும். ஊறு இரங்கிவிடும் = இடையூறு உண்டான காலத்தில் தன் பிழையை நினைத்து இரங்கி விடுவான்.]

[மறதியில்லாமையின் பயன்.]

460. அரிய என் றாகாத இல்லைப், பொச் சாவாக்
கருவியாற் போற்றிச் செயின்.

Nothing hard when a man heedfully uses proper instruments.

[எழு: ஆகாத. பயனி: இல்லை.]

[இதுவுமது.]

461. உள்ளிய தெய்தல் எளிது,மன், மற்றுந்தான்
உள்ளிய துள்ளப் பெறின்.

Every thing easy of acquisition if you know exactly what you aim at.

[எழு: எய்தல். பயனி: எளிது.]

LXXIX பாடம்.

DECEIT.

கரவு.

[பிறரை வஞ்சிப்பது.]

[கரவின் பயன்.]

462. நஞ்சுடைமை தான் அறிந்து நாகங் கரந்துறையும்;
அஞ்சாப் புறங்கிடக்கு நீர்ப்பாம்பு:
நெஞ்சிற்
கரவுடையார் தம்மைக் காப்பர், கரவார்
கரவிலா நெஞ்சத் தவர்.

Deceit conceals itself. Honesty is open and fearless.

[உரையும். (வி. 149.)]

463. செயக்கடவ அல்லனவுஞ் செய்துமன் னென்பார்
நயத்தகு நாகரிகம் என்னும்?
செயிர்த்துரைப்பின்
நெஞ்சுநோம் என்று, தலைதுமிப்பான் றண்ணளிபோல்
எஞ்சாதெடுத்துரைக்கற் பாற்று.

Cutting off a man's head to save him the pain of being spoken sharply to!

[எழு: நாகரிகம். பயனி: என்னும்? பாற்று. கடவ. (வி. 125. 93.) செய்தும் = செய்வோம். (வி. 83.)]

[தீமையின் இயல்பு.]

464. தீய செயற்செய்வார் ஆக்கம் பெருகினுந்
தீயன தீயனவே வேறல்ல;
தீயன
நல்லன ஆகாவாம்; நாவின் புறநக்கிக்
கொல்லுங் கவயமாப் போல்.

Evil is evil even when it prospers. Evil can't become good.

[கடவுள் மனத்தில் நிகழும் பாவத்தையும் பார்த்தல்.]

465. வஞ்சித்தொழுகு மதியிலிகாள்! யாவரையும்
வஞ்சித்தோம் என்று மகிழன்மின்!
வஞ்சித்த
எங்கும் உளன்ஒருவன் காணுங்கோல் என்றஞ்சி
அங்கங் குலைவதறிவு.

Don't think to deceive God.

[எழு: நீவிர் (தொகை.) குலைவது. பயனி: மகிழன்மீன், அறிவு. காணும். (வி. 137.)]

[பகைவரின் நட்பு.]

466. வாள்போற் பகைவரை அஞ்சற்க! அஞ்சுக
கேள்போற் பகைவர் தொடர்பு!

Fear not open enemies. Fear them when disguised as friends.

[எழு: ஒருவன் (தொகை.) பயனி: அஞ்சற்க அஞ்சுக!]

[உட்பகை.]

467. எட் பக வன்ன சிறுமைத்தே ஆயினும்
உட்பகை உள்ளதாங் கேடு.

However small enemies within the camp bring destruction.

[எழு: உள்ளது. பயனி: ஆம் எட்பகவன்ன = எள்ளின் பிளவைப் போன்ற.]

LXXX பாடம்.

GOOD MEN.

மேன்மக்கள்.

[மேம்பாட்டுத் தன்மை உடையார்.]

[மேன்மக்கள் வறுமை யடைந்தும் மேன்மை ஒழியாமை.]

468. அட்டாலும் பால்சுவையிற் குன்றா தளவல்ல
நட்டாலு நண்பல்லார் நண்பல்லர்,
கெட்டாலும் மேன்மக்கண் மேன்மக்க ளே சங்கு
சுட்டாலும் வெண்மை தரும்.

The good remain so even though in adversity.

[இது சவலை வெண்பா. (வி. 188.) அட்டாலும். பகுதி. சுடு. (வி. 142.) அளவல்ல = அளவில்லாமல்.]

[இதுவுமது.]

469. சீரியர் கெட்டாலுஞ் சீரியர் சீரியரே;
அல்லாதார் கெட்டால் அங் கென் னாகுஞ்? சீரிய
பொன்னின் குடம் உடைந்தாற் பொன் னாகும்; என் னாகும்
மண்ணின் குடம் உடைந்தக் கால்.

The worthy not injured by adversity. The golden vessel and the earthen.

[பொன்னின் = (வி. 66.)]

[மேன்மக்கள் ஒன்றுக்கும் அஞ்சாமை.]

470. உடற்கு வரும் இடர்நெஞ் சோங்கு பரத் துற்றோர்
அடுக்கும் ஒரு கோடி ஆக
நடுக்கம் உறார்,—
பண்ணிற் புகலும் பனி மொழியாய்!—அஞ்சுமோ
மண்ணிற் புலியை மதி மான்?

The deer in the moon fears not the tiger on earth. The heavenly minded care not for earthly sorrows.

[எழு: உற்றோர். பயனி: உறார். ஆக என்பதின் பின் இருந்தாலும் என்பதைக் கூட்டி உணர்க. பண்ணின் = பண்ணைப்போல. (வி. 61.) மதி மான். (வி. 157.) பனிமொழியாய். (வி. 155. 93.)]

[செல்வம் உண்டாகியவகை.]

471. தத்த நிலைக்குங் குடிமைக்குந் தப்பாமே
ஒத்த கடப்பாட்டிற் றாள் ஊன்றி,
எய்த்தும்
அறங் கடையிற் செல்லார், பிறர் பொருளும் வெஃகார்,
புறங் கடைய தாகும் பொருள்.

The virtuous obtain all real good.

[எழு: பொருள். பயனி: ஆகும் செல்லார். வெஃகார் = செல்லாதவ ராகிய வெஃகாதவருடைய.]

[பெரியோர் அடையும் வறுமை.]

472. உறைப்பருங் காலத்தும் ஊற்று நீர்க் கேணி
இறைத் துணினும் ஊர்ஆற்றும் என்பர்: கொடைக் கடனுஞ்
சாஅஅயக் கண்ணும் பெரியார்போன் மற்றையார்
ஆஅஅயக் கண்ணும் அரிது.

In times of drought the spring saves the village. Hard for mean spirits to become noble.

[எழு: செய்தல் (தொகை.) பயனி: அரிது. உறைப்பருங் காலத்தும்= மழைபெய்தல் அரிய காலத்திலும். சாஅஅய = சாகிற. (வி. 87. 14.) ஆஅ அய = ஆகிய. (வி. 87.)]

[பெருமை இன்னது.]

473. ஆக்கும் அறிவான் அலது பிறப்பினுன்
மீக்கொள் உயர்விழிவு வேண்டற்க!
நீக்கு
பவர் ஆர் அரவின் பருமணிகண் டென்றுங்
கவரார் கடலின் கடு?

Do not seek for any exaltation but what comes from true knowledge.

[எழு: நீவிர், நீக்குபவர், ஒருவர் (தொகை.) பயனி: வேண்டற்க! (ஆர், கவரார்.)]

LXXXI பாடம்.

GOOD PERSONS.

மேன்மக்கள்.

[சாதி.]

474. சாதி இரண்டொழிய வேறில்லை; சாற்றுங்கால்
நீதி வழுவா நெறிமுறையின்
மேதினியில்
இட்டார் பெரியோர், இடாதார் இழிகுலத்தோர்,
பட்டாங்கில் உள்ள படி.

Only two castes.

[ஒழிய. (வி. 86. (3.)) இடாதார். (வி. 95.) கடைசி அடியிலே இது ஆகும் எ-து தொக்கு நிற்கிறது.]

[மேன்மக்கள் இன்னர்.]

475. ஆற்றுப் பெருக்கற் றடி சுடும்; அந் நாளும் அவ்வா
றூற்றுப் பெருக்கால் உலகூட்டும்;
ஏற்றவர்க்கு
நல்ல. குடிப்பிறந்தார் நல்கூர்ந்தார் ஆனாலும்
இல்லை என மாட்டார் இசைந்து.

The river sand burns the feet, and affords springs of water. Generosity even in poverty.

[ஆற்றுப்பெருக்கு = ஊற்றுப்பெருக்கு. (வி. 119. (3.)) குடிப்பிறந்தார், எழுவாய் நல் கூர்ந்தார் ஆனாலும். (வி. 132.)]

[பலவகையான நலங்கள்.]

476. தண்ணீர் நில' நலத்தாற், றக்கோர் குணங்கொடையாற்,
கண்ணீர்மை மாறாக் கருணேயாற்,
பெண்ணீர்மை
கற்ப்பழியா ஆற்றல், கடல்சூழ்ந்த வையகத்துள்
அற்புதம் ஆம் என்றே அறி!

The excellence of these is thus manifested.

[இன்னவற்றில் இன்னவை நலம் எனல்.]

477. இழுக்குடைய பாட்டிற் கிசை நன்று; சாலும்
ஒழுக்கம் உயர்குலத்தி னன்று;
வழுக்குடைய
வீரத்தி னன்று விடாநோய்; பழிக்கஞ் சாத்
தாரத்தி னன்று தனி.

Prose better than halting verse; good conduct than high birth; disease than cowardice; loneliness than a wife that fears not disgrace.

[மேன்மக்களின் இயல்பு.]

478. சான்றாண்மை, சாயல் ஒழுக்கம் இவை மூன்றும்
வான்றோய் குடிப்பிறந்தார்க் கல்லது,—
வான்றோயும்
மைதவழ் வெற்ப!—படாஅ பெருஞ்செல்வம்
எய்தியக் கண்ணும் பிறர்க்கு.

These excellencies only found among the high-born.

[மேன்மக்களின் ஒழுக்கம்.]

479. இருக்கை எழலும், எதிர்செலவும் ஏனே
விடுப்ப ஒழிதலோ டின்ன,
குடிப்பிறந்தார்
குன்றா ஒழுக்கமாக் கொண்டார்; கயவரோ
டொன்றா உணரற்பாற் றன்று.

These courtesies and amenities only among respectable people.

[இருக்கை எழல் = இருக்கையை விட்டு எழுந்திருக்குதல். விடுப்ப ஒழிதல் = அவர்கள் அனுப்பிவிட்டால் உடனே போய் விடுதல்.]

LXXXII பாடம்.

THE EXCELLENT.

மேன்மக்கள்.

[கீழ்மக்கள்.]

480. கல்லாமை அச்சம், கயவர் தொழில் அச்சஞ்,
சொல்லாமை உள்ளும் ஓர் சோர்வச்சம்,
எல்லாம்
இரப்பார்க்கொன் றீயாமை அச்சம்; மரத்தார் இம்
மாணாக் குடிப்பிறந் தார்.

These various fears only among the really worthy.

[இம்மாணா = இவ்வகையான மாட்சிமையில்லாத.]

[மேன்மக்களின் இயல்பு.]

481. இன நன்மை, இன் சொல், ஒன் றீதல், மற் றேனை
மன நன்மை, என்றிவை எல்லாம்,
கனமணி
முத் தோ டிமைக்கு முழங்குவரித் தண் சேர்ப்ப!
இற் பிறந்தார் கண்ணே உள.

These excellent things found among the noble.

[எழு: எல்லாம். பயனி: உள. மற்று, அசைநிலை.]

[மேன்மக்கள், கீழ்மக்கள்.]

482. செல்லா விடத்துங் குடிப் பிறந்தார் செய்வன
செல்விடத்துஞ் செய்யார் சிறியவர்;
புல் வாய்
பருமம் பொறுப்பினும் பாய் பரி மா போற்
பொரு முரண் ஆற்றுதல் இன்று.

The mean even in prosperity do not do what the good effect even in adversity.

[எழு: சிறியவர். பயனி: செய்யார்.]

[மேன்மக்களின் செயல்.]

483. எற்றொன்றும் இல்லா இடத்துங் குடிப் பிறந்தார்
அற்றுத் தற் சேர்ந்தார்க் கசைவிடத் தூற்றுவர்;
அற்றக் கடைத்தும் அகல்யா றகழ்ந்தக்கால்
தெற்றெனத் தெண்ணீர் படும்.

The noble even in poverty afford aid to those who seek them.

[எழு: குடிப்பிறந்தார். பயனி: ஊற்றுவர்.]

[மேன்மக்களை நிலவுக்கொப்பிடல்.]

484. அங்கண் விசும்பின் அகனிலாப் பாரிக்குந்
திங்களுஞ் சான்றோரும் ஒப்பர்;மற்
றிங்கண்
மறுவாற்றும்; சான்றோர்அஃ தாற்றார், தெருமந்து
தேய்வர் ஒருமா சுறின்.

The moon and the noble differ in this: She endures her spots, they endure not any stain!

[மேன்மக்களின் செயல்.]

485. இசையும் எனினும், இசையா தெனினும்,
வசைதீர எண்ணுவர் சான்றோர்;
விசையின்
நரிமா உளங்கிழித்த அம்பினிற் றீதோ
அரிமாப் பிழைப்பெய்த கோல்?

Better miss a lion, than hit a jackal. Aim high!

[பிழைப்பு = பிழைக்க.]

LXXXIII பாடம்.

THE NOBLE AND THE MEAN.

பெரியோர்—சிறியோர்.

[பெரியோர் சிறப்பு.]

486. இருமை வகைதெரிந் தீண்டறம் பூண்டார்
பெருமை பிறங்கிற் றுலகு.

The greatness of those who live for both world.

[எழு: பெருமை. பயனி: பிறங்கிற்று. உலகு = உலகத்திலே. (வீ. 152.)]

[பெரியோர் செயல்.]

487. செயற்கரிய செய்வார் பெரியர்; சிறியர்
செயற்கரிய செய்கலா தார்.

The great achieve hard things; not so the mean.

[எழு: பெரியர், சிறியர். பயனி: செய்வார், செய்கலாதார். செய்கலாதார் = செயல் ஆகார் = செய்யமாட்டார்கள்.]

[பெரியோர் கல்வி.]

488. நிறைமொழி மாந்தர் பெருமை நிலத்து
மறைமொழி காட்டி விடும்.

The veda speaks of the greatness of the men whose words are words of integrity.

[எழு: மறைமொழி. பயனி: காட்டிவிடும். செயப்படு: பெருமையை.]

[பெரியோர் ஒழுக்கம்.]

489. குணமென்னுங் குன்றேறி நின்றார் வெகுளி
கணமேயுங் காத்தல் அரிது.

The wrath of those who have climbed the hill of virtue not to be withstood.

[எழு: காத்தல். பயனி: அரிது.]

[சிறியோர்.]

490. அச்சமே கீழ்களதாசாரம்,
எச்சம், அவா உண்டேல் உண்டாஞ் சிறிது.

Fear the guide of the base. For the rest, desire too may effect a little.

[எழு: அச்சம், சிறிது. பயனி: ஆசாரம், உண்டாம்.]

LXXXIV பாடம்.

LOVE.

அன்பு.

[அன்பின் சிறப்பு.]

491. அன்பிற்கும் உண்டோ அடைக்குந்தாழ்? ஆர்வலர்
புன்கணீர் பூச றரும்.

No bars can restrain love! The tears of the beloved cause a tempest in the soul.

[எழு: தாழ், கணீர். பயனி: உண்டோ, தரும். கணீர் = கண்ணீர். (வி. 41.) பூசறரும் = பூசல் தரும். (வி. 38.)]

[அன்பின் பயன்.]

492. அன்பிலார் எல்லாந் தமக்குரியர்; அன்புடையார்
என்பும் உரியர் பிறர்க்கு.

The unloving live all to themselves. The loving live wholly for others.

[எழு: இலார், உடையார். பயனி: உரியர், உரியர். என்பு = உடம்பால். (வி. 137.)]

[அன்பின் சிறப்பு.]

493. அன்போ டியைந்த வழக்கென்ப ஆருயிர்க்
கென்போ டியைந்த தொடர்பு.

Love like the union of body and soul.

[எழு: அறிந்தோர் (தொகை.) பயனி: என்ப. அத்தொடர்ச்சியின் பயன் அன்பு; அல்லது, அத்தொடர்ச்சியைப்போலவே இருக்கும் அன்பு.]

[அன்பில்லாமையின் தீமை.]

494. என்பில் அதனை வெயிற்போலக் காயுமே
அன்பில் அதனை அறம்.

The lord of virtue will wither the unloving as the sun dries up insects.

[எழு: அறம். பயனி: காயும். என்பில் அதனை = என்பில்லாததை. அறம் = அறக்கடவுள். (வி. 162.)]

[இதுவுமது.]

495. அன்பகத் தில்லா உயிர்வாழ்க்கை வன்பாற்கண்
வற்றன் மரந்தளிர்த் தற்று.

Life without love is like a dead tree in hard, barren soil!

[எழு: வாழ்க்கை. பயனி: அற்று.]

[அன்பின் பெருமை.]

496. அன்பின் வழிய துயிர்நிலை; அஃதிலார்க்
கென்புதோல் போர்த்த உடம்பு.

That is a body where love resorts; all else, bones covered with skin.

[எழு: வழியது, உடம்பு. பயனி: உயிர்நிலை, போர்த்த. என்பு தோல் போர்த்த = எலும்பைத் தோலினால் போர்க்கப்பட்டவைகள்.]

LXXXV பாடம்.

BENEVOLENCE.

அருள்.

[எல்லா உயிர்களின்மேலுஞ் செல்வதாகிய கருணை.]

[அருளின் சிறப்பு.]

497. அருட்செல்வஞ் செல்வத்துட் செல்வம்;
பொருட்செல்வம் பூரியார் கண்ணும் உள.

This wealth is wealth. The rest is shared by the base.

[எழு: அருட்செல்வம், பொருட்செல்வம். பயனி: செல்வம், உள.

[அருளின் பயன்.]

498. அருள்சேர்ந்த நெஞ்சினார்க் கில்லை
இருள்சேர்ந்த இன்னா உலகம் புகல்.

To the soul possessed by this, no entrance into the evil world of darkness.

[எழு: புகல். பயனி: இல்லை.]

[இதுவுமது.]

499. மன்னுயிர் ஓம்பி அருளாள்வாற் கில்லென்ப
தன்னுயிர் அஞ்சும் வினை.

No fear-causing sins to him who walks in benevolence to all.

[எழு: பெரியோர் (தொகை.) பயனி: என்ப.]

[இதுவுமது.]

500. அல்லல் அருளாள்வார்க் கில்லை, வளிவழங்கு
மல்லன்மா ஞாலங் கரி.

No trouble to the benevolent. The fertile, vast, pendant globe round, which the tempests blow, is witness of this.

[எழு: அல்லல். பயனி: இல்லை.]

[அருளில்லாமையின் தீமை.]

501. அருளில்லார்க் கவ்வுலகம் இல்லை,
பொருளில்லார்க் கிவ்வுலகம் இல்லா தியாங்கு.

To the poor this world is not; so to the unkind that world is not.

[எழு: அவ்வுலகம். பயனி: இல்லை.]

[அருளாட்சிக்கு நியாயம்.]

502. வலியார்முற் றன்னை நினைக்க,தான் றன்னின்
மெலியார்மேற் செல்லும் இடத்து.

When a weaker one stands before you, think how you felt when you stood before one stronger than yourself.

[எழு: ஒருவன் (தொகை.) பயனி: நினைக்க. (வி. 85.)]

LXXXVI பாடம்.

KINDLINESS.

கண்ணோட்டம்.

[கண்ணோட்டத்தின் சிறப்பு.]

503. கண்ணோட்டத் துள்ள துலகியல், அஃதிலார்
உண்மை நிலக்குப் பொறை.

Benevolence causes the world's affairs to prosper; others a burden.

[எழு: இயல், உண்மை. பயனி: உள்ளது, பொறை. நிலக்கு = நிலத்துக்கு. (வி. 41.) உண்மை = இருப்பது.]

[இதுவுமது.]

504. பண்ணென்னும் பாடற் கியைபின்றேல்? கண்ணென்னுங்
கண்ணோட்டம் இல்லாத கண்?

A tune without melody and eye without kindliness!

[எழு: பண், கண். பயனி: என்னும்?]

[கண்ணோட்ட மில்லாமையின் இழிவு.]

505. உளபோன் முகத்தெவன் செய்யும்
அளவினுற் கண்ணோட்டம் இல்லாத கண்?

What is the eye without due kindness?

[எழு: கண். பயனி: செய்யும்.]

[கண்ணோட்டத்தின் சிறப்பும், அதில்லாமையின் இழிவும்.]

506. கண்ணிற் கணிகலங் கண்ணோட்டம், அஃதின்றேற்
புண்ணென் றுணரப் படும்.

Without it the eye only a wound.

[எழு: கண்ணோட்டம், கண் (தொகை.) பயனி: அணிகலம், உணரப்படும்.]

[கண்ணோட்டமில்லாமையின் இழிவு.]

507. மண்ணோ டியைந்த மரத்தனையர்
The unkindly like trees. கண்ணோ டியைந்து கண் ணோடாதவர்.

[எழு: ஓடாதவர். பயனி: அனையர்.]

[கண்ணோட்டத்தின் பயன்.]

508. கருமஞ் சிதையாமற் கண்ணோட வல்லார்க்
Those who know how to accomplish their purpose kindly are masters of the world. குரிமை உடைத்திவ் வுலகு.

[எழு: இவ்வுலகு. பயனி: உடைத்து.]

LXXXVII பாடம்.

CHILDREN.

புதல்வர்.

[நல்ல மக்களைப் பெறுதல்.]

[மக்களின் இனிமை.]

509. அமிழ்தினும் ஆற்ற இனிதேதம் மக்கள்
The rice fingered by one's children sweeter than ambrosia. சிறு கை அளாவிய கூழ்.

[எழு: கூழ். பயனி: இனிது.]

[இதுவுமது.]

510. மக்கண்மெய் தீண்டல் உடற்கின்ப மற்றவர்
The fondling them and hearing their words. சொற் கேட்டல் இன்பஞ் செவிக்கு.

[எழு: தீண்டல், கேட்டல். பயனி: இன்பம். மற்று, அசைநிலை.]

[மக்களில்லாதவரின் எண்ணம்.]

511. குழல் இனிதி யாழ் இனி தென்ப, தம் மக்கண்
The prattle of one's infants sweeter than the pipe and lute. மழலைச்சொற் கேளா தவர்

[எழு: கேளாதவர். பயனி: என்ப.]

[தந்தையின் கடன்.]

512. தந்தை மகற்காற்று' நன்றி அவையத்து
முந்தி இருப்பச் செயல்.

The father should make his son fit to shine in the assembly.

[எழு: செயல். பயனி: நன்றி. இருப்ப. (வி. 86.) (ரு.)]

[மைந்தரின் பெருமை.]

513. தம்மிற் றம் மக்கள் அறிவுடைமை மா நிலத்து
மன்னுயிர்க் கெல்லாம் இனிது.

Pleasant to be excelled by one's son.

[எழு: உடைமை. பயனி: இனிது.]

[தாயின் உவகை.]

514. ஈன்ற பொழுதிற் பெரிதுவக்குந் தன் மகனைச்
சான்றோன் எனக் கேட்ட தாய்.

The mother's joy greater when her son is praised than when he was born.

[எழு: தாய். பயனி: உவக்கும்.]

LXXXVIII பாடம்.

GOVERNMENT.

அரசு.

[இறைவாங்கல்.]

515. குடி கொன் றிறை கொள்ளுங் கோமகற்குக் கற்ரு
மடி கொன்று பால் கொளலு' மாண்பே;
குடி ஓம்பிக்
கொள்ளும் ஆ கொள்வோர்க்குக் காண்டுமே மா நிதியம்
வெள்ளத்தின் மேலும் பல.

The king who ruins his subjects by excessive taxation like the man who cuts off the udder to get the milk.

[ஆ = ஆறு, வகை.]

[அரச ஒழுக்கம்.]

516. இன்று கொளற்பால நாளைக் கொளப்பொருன்,
நின்று குறை இரப்ப நேர்படான்,
சென்றொருவன்
These faults mark the wild robber, not the king.
ஆவன கூறின் எயிறலைப்பான் ஆறலைக்கும்
வேட்டலன் வேந்தும் அலன்.

[இதுவும் அது.]

517. முடிப்ப முடித்துப்பின் பூசுவ பூசி,
உடுப்ப உடுத்துண்ப உண்ணு,
These mark a breathing corpse.
இடித்திடித்துக்
கட்டுரை கூறிற் செவிக்கேளார், கண் விழியார்
நெட்டுயிர்ப்போ டுற்ற பிணம்.

[உண்ணு = உண்டு.]

[அரசினியல்பு.]

518. ஒற்றிற் றெரியா, சிறைப்புறத் தோர்தும் எனப்
To inspect personally not trusting in spies, and knowing that it is hard to find out faults, is the duty of good governor.
பொற்றோ டுணையாத் தெரிதந்துங்
குற்றம்
அறிவரிதென் றஞ்சுவதே செங்கோன்மை, சென்று
முறை இடினுங் கேளாமை அன்று.

[எழு: அஞ்சுவதே. பயனி: செங்கோன்மை. தெரிதந்தும் = தெரிந்தும். (வி. 124. (5.))]

[அரசன் கேள்வியை ஆராய்தல்.]

519. ஏதிலார் யாதும் புகல இறைமகன்
கோதொரீஇக் கொள்கை முதுக்குறைவு;
நேர்நின்று
காக்கை வெளிதென்பார் என் சொலார்? தாய்க் கொலை
சால்புடைத் தென்பாரும் உண்டு.

To investigate rigidly himself is his duty; for there are shameless liars in the world.

[எழு: கொள்கை, என்பார், என்பாரும். பயனி: முதுக்குறைவு, சொலார், உண்டு.]

[இறையிடுதல்.]

520. முறைதெரிந்து செல்வர்க்கு' நல்கூர்ந் தவர்க்கும்
இறைதிரியா நேர் ஒக்கல் வேண்டும்;
முறைதிரிந்து
நேர் ஒழுகான் ஆயின் அதுவாம் ஒருபக்க'
நீர் ஒழுகிப் பால் ஒழுகும் ஆறு.

Impartiality.

[அதுவாம் ஆறு = அது அந்த ஆறாக ஆகும்.]

LXXXIX பாடம்.

JUST AND UNJUST GOVERNMENT.

செங்கோன்மை; கொடுங்கோன்மை.

[அரசனாலே செயப்படும் முறையினது தன்மை.]

[செங்கோன்மை மாட்சி.]

521. குடிதழீஇக் கோல் ஓச்சு' மாநில மன்னன்
அடிதழீஇ நிற்கும் உலகு.

The world at the feet of the king who loves his people.

[எழு: உலகு. பயனி: நிற்கும். தழீஇ. (வி. 79. 86.)]

[செங்கோல் செலுத்தியவன் அடையும் பயன்.]

522. இறைகாக்கும் வையகம் எல்லாம்; அவனை
முறைகாக்கு' முட்டாச் செயின்.

The king guards the earth. His justice guards him.

[எழு: இறை, முறை. பயனி: காக்கும்.]

[கொடுங்கோன்மையின் தீமை.]

523. நாடொறு' நாடி முறைசெய்யா மன்னவன்
நாடொறு' நாடு கெடும்.

The country suffers if the king does not daily administer justice.

[எழு: நாடு. பயனி: கெடும். "மன்னவனது நாடு நாடொறுங் கெடும்."]

[கொடுங்கோன்மையான் அடையுங் குற்றம்.]

524. கூழுங் குடியும் ஒருங்கிழக்குங் கோல்கோடிச்
சூழாது செய்யும் அரசு.

The unthinking king will lose treasure and people.

[எழு: அரசு. பயனி: இழக்கும். (வி. 137.)]

[இதுவுமது.]

525. அல்லற்பட் டாற்று' தழுதகண்ணீர், அன்றே,
செல்வத்தைத் தேய்க்கும் படை.

The tears of the suffering people, an axe to cut down the tree of his prosperity.

[எழு: கண்ணீர். பயனி: படை. (வி. 205.)]

[செங்கோன்மை, கொடுங்கோன்மை.]

526. மன்னர்க்கு மன்னுதல் செங்கோன்மை; அஃதின்றேல்
மன்னுவா' மன்னர்க் கொளி.

Justice confirms a kingdom; without this its glory grows dim.

[எழு: மன்னுதல், ஒளி. பயனி: செங்கோன்மை (யால் ஆகும்), மன்னுவாம்.]

XC பாடம்.

IMPARTIALITY.

நடுவு நிலைமை.

[எல்லாரிடத்தும் அறத்தின் வழுவாமல் ஒப்ப நிற்கும் நிலைமை.]

[நடுவு நிலைமையின் சிறப்பு.]

527. செப்பம் உடையவன் ஆக்கஞ் சிதைவின்றி
எச்சத்திற் கேமாப் புடைத்து.

The wealth of the just undiminished endures to his offspring.

[எழு: ஆக்கம். பயனி: உடைத்து.]

[நடுவு நிலைமை கடந்த செல்வம்.]

528. நன்றே தரினு நடுவிகந்தாம் ஆக்கத்தை
அன்றே ஒழிய விடல்!

Forsake at once the gain of injustice!

[எழு: ஒருவன் (தொகை.) பயனி: விடல். நன்றே = தீங்கன்றி நன்மையே. விடல். (வி. 85.)]

[நடுவு நிலைமையின் சிறப்பு.]

529. கேடும் பெருக்கமும் இல்லல்ல; நெஞ்சத்துக்
கோடாமை சான்றோர்க் கணி.

Reverses of fortune will happen. Unswerving justice is the ornament.

[எழு: கேடு, பெருக்கம், கோடாமை. பயனி: அல்ல, அணி.]

[நடுவு நிலைமயில்லாமையின் தீமை.]

530. கெடுவல்யான் என்ப தறிக, தன் னெஞ்ச
நடுவொரீஇ அல்ல செயின்.

Let the unjust hear the inner voice saying, "I deserve to perish."

[எழு: ஒருவன் (தொகை.) பயனி: அறிக. கெடுவல் = கெடுவேன். (வி. 83.) ஒருவன் தனது மனம் நடுவு நிலைமையை விட்டு நீங்கினால் அந் நினைவு "கெடுவல் யான்," என்று சொன்னதாக அறியக்கடவான்.]

[வார்த்தையில் நடுவு நிலைமை.]

531. சொற் கோட்டம் இல்லது செப்பம், ஒருதலையா
உட்கோட்டம் இன்மை பெறின்.

Unswerving words of justice, from a heart unbiassed.

[எழு: இல்லது. பயனி: செப்பம்.]

[வாணிகத்தில் நடுவு நிலைமை.]

532. வாணிகஞ் செய்வார்க்கு வாணிகம், பேணிப்
பிறவுந் தம்போற் செயின்.

Merchants to guard others' goods as their own.

[எழு: அச்செய்கை (தொகை.) பயனி: வாணிகம்.]

XCI பாடம்.

VARIOUS PRECEPTS.

பன்னெறி.

[பலவழி.]

[வெளிரூபம்.]

533. மடல்பெரிது தாழை, மகிழினிது கந்தம்;
உடல்சிறியர் என்றிருக்க வேண்டா:
கடல்பெரிது,
மண்ணீரும் ஆகா ததன் அருகே சிற்றூறல்
உண்ணீரும் ஆகி விடும்.

The thorn leaf large. The magir flower more fragrant. The sea large, the little fountain's waters sweet.

[தாழை, மகிழ். (வி. 152.) விடும். எ-து துணைவினை. (வி. 124.) மண்ணீர், உண்ணீர். (வி. 153.) சிற்றூறல். (வி. 121.)]

[அவரவரைத் தந்தம் வலிமையால் அறியவேண்டும்.]

534. உருவுகண் டெள்ளாமை வேண்டும்,—
உருள்பெருந் தேர்க் கச்சாணி அன்னார் உடைத்து.

Regard not appearances. The lynchpin.

[எழு: எள்ளாமை, உலகம் (தொகை.) பயனி: வேண்டும், உடைத்து. உருள். (வி. 153.)]

[இதுவுமது.]

535. பண்டு முளைப்ப தரிசியே ஆனாலும்
விண்டுமி போனான் முளையாதாம்:
கொண்டபேர்
ஆற்றல் உடையார்க்கும் ஆகா தளவின்றி
ஏற்ற கருமஞ் செயல்.

The corn deprived of its husk will not do for seed.

[யாதொரு தொழிலையும் முடியுங்காலத்தை அறிந்து தொடங்கல் வேண்டும்.]

536. அடுத்து முயன்றாலும் ஆகுநாள் அன்றி
எடுத்த கருமங்கள் ஆகா;
தொடுத்த
உருவத்தா னீண்ட உயர் மரங்கள் எல்லாம்
பருவத்தால் அன்றிப் பழா.

A proper season must be selected.

[உருவத்தால். (வி. 137*. 66.) உருவத்தானீண்ட. (வி.39.) பழா. (வி. 89.)]

[இதுவுமது.]

537. பகல்வெல்லுங் கூகையைக் காக்கை: இகல்வெல்லும்
வேந்தர்க்கு வேண்டும் பொழுது.

The owl victorious by night is vanquished by the crow in the day.

[எழு: காக்கை, பொழுது. பயனி: வெல்லும், வேண்டும். பகல் = பகவில். (வி. 152.)]

[காலத்தை அறிதலினால் உறுபயன்.]

538. பருவத்தோ டொட்ட ஒழுக றிருவினைத்
தீராமை யார்க்குங் கயிறு.

The seizing opportunity the way to gain fortune.

[எழு: ஒழுகல். பயனி: கயிறு.]

XCII பாடம்.

ACTING WITH REGARD TO TIME AND PLACE.

காலத்தையும் இடத்தையும் அறிதல்.

[காலங்கருவி அறிந்து செய்தலினால் உறுபயன்.]

539. அருவினை என்ப உளவோ,
Nothing hard when you have suitable instruments and a fitting time. கருவியாற் காலம் அறிந்து செயின்?

[எழு: என்ப. பயனி: உளவோ? என்ப = என்னப்பட்டவை.]

[இதுவுமது.]

540. ஞாலங் கருதினுங் கைகூடுங்,
You may grasp the world if you take heed to time and place. காலங் கருதி இடத்தாற் செயின்.

[எழு: அது. பயனி: கைகூடும்.]

[ஊக்கம்.]

541. ஊக்கம் உடையான் ஒடுக்கம், பொருதகர்
The reserve of the mighty is like the ram's receding before it rushes on its antagonist. தாக்கற்குப் பேருந் தகைத்து.

[எழு: ஒடுக்கம். பயனி: தகைத்து. (வி. 204.)]

[இடபேதம்.]

542. நெடும்புனலுள் வெல்லு' முதலை;
The alligator victorious in water; slain by others if it leave it. அடும்புனலின் நீங்கின் அதனைப் பிற.

[எழு: முதலை, பிற. பயனி: வெல்லும், அடும். (நன்னூல். 457.)]

[இதுவுமது.]

543. கடல்ஓடா கால்வ னெடுந்தேர்; கடலோடு'
The chariot not adapted for the sea, nor the boat for land. நாவாயும் ஓடா நிலத்து.

[எழு: தேர், நாவாய். பயனி: ஓடா. கால்வனெடுந்தேர்=வலிமை பொருந்திய உருளைகளை உடைய தேர்.]

[இதுவுமது.]

544. கால்ஆழ் களரி னரிஅடும், கண்ணஞ்சா
வேலாண் முகத்த களிறு.

A jackall may slay an elephant in the deep mire.

[எழு: நரி. பயனி: அடும். செயப்படு: களிறை. வேலான் முகத்த = வேலையுடைய ஆட்களைக்கோத்த கொம்பையுடைய. முகம் = கொம்பு. (வி. 162.)]

XCIII பாடம்.

HOUSE-WIFE.

மனைவி.

[மனைவியின் செல்வம்.]

545. இல்லாள் அகத்திருக்க இல்லாத தொன்றில்லை;
இல்லாளும் இல்லாளே ஆம்ஆயின்,
இல்லாள்
வலிகிடந்த மாற்றம் உரைக்குமேல், அவ்வில்
புலிகிடந்த தூறாய் விடும்.

Every thing is right when the wife is what she ought to be.

[இல்லாள். (வி. 93.) உரைக்கும் = உரைப்பாள். (வி. 137.)]

[நாணமுடைய மனைவி.]

546. உள்ளத் துணர்வுடையான் ஓதிய நூல்அற்றால்
வள்ளன்மை பூண்டான்கண் ஒண்பொருள்
தெள்ளிய
ஆண்மகன் கையில் அயில்வாள் அனைத்தரோ
நாணுடையாள் பெற்ற நலம்.

A modest wife like a javelin in the hand of a hero.

[கணவனும் மனையாளும் ஒருமித்தல்.]

547. காதன் மனையாளுங் காதலனு' மாறின்றித்
தீதில் ஒரு கருமஞ் செய்பவே!—
ஓது கலை
எண்ணிரண்டும் ஒன்று மதி என் முகத்தாய்!—நோக்கரூன்
கண்ணிரண்டும் ஒன்றையே, காண்!

The husband and wife should agree in all things: two eyes see the same object.

[எண்ணிரண்டு = பதினாறு. (வி. 159.) நோக்கரூன் = நோக்கல் தான்.

[கெட்ட மனையாள்.]

548. எறி என் றெதிர் நிற்பாள் கூற்றம்; சிறு காலை
அட்டில் புகாதாள் அரும் பிணி;
அட்டதனை
உண்டி உதவாதாள் இல் வாழ் பேய்; இம் மூவர்
கொண்டானைக் கொல்லும் படை.

The evil qualities of a bad wife and the evil effects of them.

[நல்ல மனையாள்.]

549. குடநீர் அட் டுண்ணும் இடுக்கட் பொழுதுங்
கடனீர் அற உண்ணுங் கேளிர் வரினுங்
கடனீர்மை கை ஆறுக் கொள்ளு' மட மொழி
மாதர் மனை மாட்சி யாள்.

A true wife: cooks with one vessel of water in time of poverty. If friends come, ready to drink up the sea, she performs her duties with kindness of speech.

[எழு: மாதர். பயனி: மாட்சியாள்.]

[இல் வாழ்க்கை.]

550. மருவிய காதன் மனையாளுந் தானும்
இருவரும் பூண்டுய்ப்பின் அல்லால்
ஒருவரால்
இல்வாழ்க்கை என்னும் இயல்புடைய வான் சகடஞ்
செல்லாது தெற்றித்து நின்று.

Two wheels of one chariot: husband and wife uniting in affection.

[எழு: சகடம். பயனி: செல்லாது.]

XCIV பாடம்.

HOUSE-WIFE.

மனைவி.

[இல் வாழ்க்கைக்குத் துணையாகிய மனையாளது நன்மை.]

[மனையாளியல்பு.]

551. மனைத்தக்க மாண்புடையள் ஆகித்தற் கொண்டான்
The dignity of the mistress. Arrangements suited to income.
வளத்தக்காள் வாழ்க்கைத் துணை.

[எழு: வாழ்க்கையுடையவள். பயனி: துணை. வளத்தக்காள் வாழ்க்கை = வரவுக்குத்தகுந்த வாழ்க்கையை உடையவள்.]

[மனையாள் மாட்சி.]

552. மனைமாட்சி இல்லாள்கண் இல்லாயின், வாழ்க்கை
If the wife has no dignity all is ruined.
மனைமாட்சித் தாயினும் இல்.

[எழு: வாழ்க்கை. பயனி: இல். (வி. 63.)]

[இதுவுமது.]

553. இல்லதென் இல்லவள் மாண்பானால்? உள்ளதென்
Nothing lacking if she be worthy; and vice versa.
இல்லவள் மாணாக் கடை?

[எழு: இல்லவள். பயனி: இல்லதென், உள்ளதென்? (வி. 143.)]

[மனையாள் இயல்பு.]

554. தற்காத்துத் தற்கொண்டாற் பேணித் தகைசான்ற
With industry she guards herself, cares for her husband, and preserves the good name of both.
சொற்காத்துச் சோர்விலாள் பெண்.

[எழு: சோர்விலாள். பயனி: பெண். தற் = தன்னை, தன்னுடைய.]

[புகழைக் காப்பாற்றாத இடத்து உண்டாகுங் குற்றம்.]

555. புகழ்புரிந் தில்லிலோர்க் கில்லை,
இகழ்வார்முன் னேறுபோற் பீடு நடை.

He only is bold whose wife has a good reputation.

[எழு: நடை. பயனி: இல்லை. இல் = இல்லாள். (வி. 162.)]

[மனையாள் தன்னைக்காத்தலினது சிறப்பு.]

556. சிறைகாக்குங் காப்பெவன் செய்யும்? மகளிர்
நிறைகாக்குங் காப்பே தலை.

Virtue the only safeguard.

[எழு: காப்பு, காப்பே. பயனி: செய்யும், தலை.]

XCV பாடம்.

KINDLY SPEECH.

இன்சொல்.

[இன்சொலின் பயன்.]

557. இன்சொலால் அன்றி இருநீர் வியன் உலகம்
வன்சொலால் என்று மகிழாதே;—பொன்செய்
தீர்வளையாய்!—பொங்கா தழற்கதிராற் றண்ணென்
கதிர்வரவாற் பொங்குங் கடல்.

Soft words better than harsh. The sea is attracted by the cool moon and not by the hot sun.

[நீர்வியன் உலகம் = கடல் சூழ்ந்த பெரிய பூமி. (வி. 157.) செய்து = செய்யப்பட்டு. (வி. 137.) வளையாய். (வி. 93.) அழற்கதிர். (வி. 119.) தண்ணென் கதிர். (வி. 114.) என் என்னும் வினைப்பகுதி உவமைப் பொருளிலே வந்தது. (வி. 153.)]

[இதுவுமது.]

558. வெட்டெனவு மெத்தெனவை வெல்லாதாம்; வேழத்திற்
பட்டுருவுங் கோல் பஞ்சிற் பாயாது;
நெட்டிருப்புப்
பாறைக்கு நெக்கு விடாப் பாறை பசு மரத்தின்
வேருக்கு நெக்கு விடும்.

Harshness does not overcome mildness. The dart pierces an elephant, but not(a bag of)cotton. The rock that yields not to the iron bar yields to the root of a tree.

[இன்சொல் இன்னது.]

559. இனியவர் என்சொலினும் இன்சொலே; இன்னார்
கனியு' மொழியுங் கடுவே,
அனல்கொளுந்தும்
வெங்காரம் வெய்தெனினு' நோய் தீர்க்கும், மெய் பொடிப்பச்
சிங்கி குளிர்ந்துங் கொலும்.

Whatever the kindly say must be sweet. The kind words of the unkindly are poison. Borax and arsenic.

[இன்சொலின் பயன்.]

560. புன்சொல்லு' நன்சொல்லும் பொய்யின் றுணர்கிற்பார்
வன்சொல் வழியராய் வாழ்தலும் உண்டாமோ?
புன்சொல் இடர்ப்படுப்ப தல்லால் ஒருவனை
இன்சொல் இடர்ப்படுப்ப தில்.

Foolish speech injures. Kindly speech never.

[இதுவுமது.]

561. அல்லவை தேய, அறம் பெருகு'
நல்லவை நாடி இனிய சொலின்.

Kind words with good intent.

[எழு: அறம். பயனி: பெருகும்.]

[இன்சொலின் நன்மை.]

562. இனிய உளவாக இன்னாத கூறல்
கனி இருப்பக் காய் கவர்ந் தற்று.

Speaking unkindly when you might speak otherwise, like preferring unripe to ripe fruit.

[எழு: கூறல். பயனி: அற்று.]

XCVI பாடம்.

DIVINE PROVIDENCE.

தெய்வச் செயல்.

[மனிதரின் முயற்சி.]

563. பரபரப்பி னோடு பலபல செய்தாங்
கிரவு பகற் பாழுக் கிறைப்ப;
ஒரு ஆற்றல்
நல்லாற்றின் ஊக்கிற் பதறிக் குலை குலைப:
எவ்வாற்றான் உய்வார் இவர்?

Foolish impetuosity and haste.

[கடவுளின் விதி.]

564. வருந்தி அழைத்தாலும் வாராத வாரா;
பொருந்துவன போ என்றாற் போகா;
இருந்தேங்கி
நெஞ்சம் புண் ணாக நெடுந் தூரந் தா னினைந்து
துஞ்சுவதே மாந்தர் தொழில்.

Things not appointed will not come. Things appointed will come, yet men mourn and pine.

[இதவுமது.]

565. ஈட்டும் பொருண் முயற்சி எண்ணிறந்த ஆயினும் ஊழ்
கூட்டும் படி அன்றிக் கூடாவாம்;
தேட்ட
மரியாதை, காணு, மகிதலத்தீர்! கேண்மின்!
தரியாது, காணுந், தனம்.

Only as far as the will of God permits will efforts to become rich be successful. Honour is real acquisition! Wealth endures not.

[நாஸ்திகம்.]

566. தெய்வம் உளதென்பார் தீய செயப்புகிற்
றெய்வமே கண்ணின்று நின்றொறுக்குந்;
தெய்வம்
இலதென்பார்க் கில்லைத் தம் மின்புதல்வர்க் கன்றே
பலகாலுஞ் சொல்வார் பயன்?

God punishes those who acknowledge Him when they go astray—and not others. Men correct their own dear sons.

[ஆஸ்திகம்.]

567. மறைவழிப் பட்ட பழிமொழி தெய்வம்
பறை அறைந்தாங் கோடிப் பரக்கும்; கழி முடைப்
புன்புலா னாற்றம் புறம்பொதிந்து மூடினுஞ்
சென்றுதைக்குஞ் சேயார் முகத்து.

Evil done in secret will be proclaimed by God. The stench of carrion can't be concealed.

XCVII பாடம்.

AGRICULTURE.

உழவு.

[வாணிகர்க்கும் வேளாளர்க்கும் உரித்தாகிய உழுதற்றொழில்.]

[உழவின் மேன்மை.]

568. ஆற்றங் கரையின் மரமும், அரசறிய
வீற்றிருந்த வாழ்வும், விழும், அன்றே?
ஏற்றம்
உழுதுண்டு வாழ்வதற் கொப்பில்லை; கண்டீர்,
பழுதுண்டு வேறோர் பணிக்கு.

Nothing like agriculture. A tree by the stream may die. Royal favour may fail.

[எழு: மரம், வாழ்வு, ஒப்பு, பழுது. பயனி: விழும், இல்லை, உண்டு. (வி. 108. 133.)]

[உழவினது சிறப்பு.]

569. சுழன்றும்ஏர்ப் பின்ன துலகம்; அதனால்
உழந்தும் உழவே தலை.

The world may vacillate, but agriculture is the best.

[எழு: உலகம், தலை. பயனி: பின்னது, உழவே. (வி. 141.) ஏர், ஆகுபெயர். (வி. 162.)]

[உழவு தொழிலைச் செய்வாரது சிறப்பு.]

570. உழுவார் உலகத்தார்க் காணி,அஃ தாற்றா
தெழுவாரை எல்லாம் பொறுத்து.

The ploughman is the lynch-pin of society.

[எழு: உழுவார். பயனி: ஆணி. (வி. 205.)]

[இதுவுமது.]

571. உழுதுண்டு வாழ்வாரே வாழ்வார்;மற் றெல்லாந்
தொழுதுண்டு பின்செல் பவர்.

The agriculturist alone independant.

[எழு: உழுதுண்டு வாழ்வார், எல்லாம். பயனி: வாழ்வார், செல்பவர்.]

[இதுவுமது.]

572. பலகுடை நீழலுந் தங்குடைக்கீழ்க் காண்பார்
அலகுடை நீழ லவர்.

The possessors of grain will reign over the rulers.

[எழு: நீழலவர். பயனி: காண்பார். செயப்படு: நீழலை. (வி. 41. 63. 62.)]

[உழவு தொழிலைச் செய்யும் விதம்.]

573. செல்லான் கிழவன் இருப்பின், நிலம் புலந்
தில்லாளின் ஊடி விடும்.

Constant attention required, or the earth will sulk like a neglected wife.

[எழு: நிலம். பயனி: விடும். செல்லான்=செல்லாதவனாகி. இல்லாளின்=இல்லாளைப்போல. (வி. 61.)]

XCVII பாடம்.

THE BIRTH OF THE REDEEMER.

அருணாதன் திரு அவதாரஞ் செய்து பாலகனாகித் தூங்குங் காலத்தில் ஓர் முனிவன் பாடியது.

574. இருளே அணுகா, மறைவணுகா, இரவிக் கொளியாந் திருவிழியை
மருளே அணுகா மூடுகின்றான்; வானு' மண்ணும் வழுவாதான்
He sleeps, who never slumbers! அருளே மருளா இவ்வுலகிற் கயர்வும் ஆற அயர்வில்லான்
தெருளே மருளா மனந் துயிலாத் தினை நான் களிப்பத் துயில்கின்றான்.

[எழு: வழுவாதான், அயர்வில்லான். பயனி: மூடுகின்றான், துயில்கின்றான். அணுகா. (வி. 156.)]

575. களித்த நாளில் அரும்புந்தென் காலே இனிதீங் கரும் புதியே!
துளித்த நானத் தேன்அரும்பத் துணர்நாண் மலர்காள், அரும்புதிரே!
விளித்த நாகு மாங்குயில்காள், வினைதேன் பாவை அரும்புதிரே!
அளித்த நாதன் நான் கனிய அன்பு துயிலாத் துயில்கின்றான்.

[அரும்புதி. (வி. 84.) துணர் நாண் மலர் காள். (வி. 157. 36. 64.)]

576. கண்பட் டிறங்கக் கண்டேனோ? கருணா கரனே, களிக்கடலே!
புண்பட் டுளையு' நெஞ்சிற்கோர் பொருவா மருந்தே, அருள் அன்பே,
மண்பட் டலையுங் கடல்அன்ன மருள்என் னெஞ்சிற் குயிர்நிலையே!
எண்பட் டுயர்ந்த செல்வரசே, எம்மேல் இரங்குந் தயை இதுவோ!

[களிக்கடலே. (வி. 154.) செல்வு = செல்வம். (வி. 117.) அன்ன. (வி. 109.) மருள். (வி. 163.)]

577. வான்றேய் நயங்கள் பயந்தோய்நீ! மண்டோய் துயர்நீத் தளித்தோய்நீ!
தேன்றேய் இன்பத் தமைந்தோய்நீ! சேண்மேற் புகழப் படுவோய் நீ!
நான்றேய் உணர்வின் உயர்ந்தோய்நீ! நான் என் றாக அவதரித்தே
ஊன்றேய் உடல்கொண் டனஅன்பின் உணர்விட் டெனக்குப் பணியாயோ?

[வான்றேய், மண்டோய். (வி. 38. 37.) கொண்டன அன்பின் = கொண்டு, அன்ன அன்பின். (வி. 41.)]

578. கோவீற் றிருந்து மகிழ்வோய்நீ! குலையா வயத் தொப் பிகழ்ந்தோய் நீ!
நாவீற் றிருந்த புகழ்மிக்க நணுகாக் காட்சிக் கிறையோய் நீ!
பூவீற் றிருந்து நாம்வாழப் பூ வந் திடர்உற் றழுவோய் நீ!
ஆவீற் றிராயோ, என்னிதயத் ததற்கே உறுதி புரியாயோ?

[கோ = வானத்தில். (வி. 152.) வயத்து, இதயத்து, என்பவற்றில் அம் கெடவும் அத்துச்சாரியை தோன்றவும் வேற்றுமையின் உருபு தொக்கது. (வி. 66.) ஒத்துக்காண்க. இறையோய். (வி. 93.)]

579. நூல்வாய்ப் புகழ்மேல் உயர்ந்தோய் நீ! நோய்வாய் மருந்திற் கனிவோய் நீ!
கோல்வாய் கோடா நீதிநெறி கொண்டெவ் வுலகும் புரந்தோய் நீ!
வேல்வாய்க் குருதி பாய்ந்திறப்ப மெய்கொண் டாயோ? இதை அறியாக்
கால்வாய் இலைபோ றியங்கிய என் கருத்திற் குணர்வை உணர்த்தாயோ?

[வாய். (வி. 36. 61. 156.) இறப்ப. (வி. 86.) போறியங்கிய = போல் + தியங்கிய. (வி. 38.)]

580. நீர்பாய் உலகிற் குயிரோய் நீ! நிமிர்வீட் டுலகிற் குயிரோய் நீ!
சீர்பாய் பாவிற் குறையோய் நீ! திறன்கொண் டாள்வாய்க் கடலோய் நீ!
ஏர்பாய் இரவிக் கொளியோய் நீ! எம்மேல் இரங்கிப் பிறந்தனை, நாஞ்
சூர்பாய் துகள்அற் றுய்வதற்குன் றுணைத்தா டொழும்பண் புரையாயோ?

[வீட்டுலகிற்கு. (வி. 35. 65. 119.) உலகு = உலகத்தார். (வி. 162.)]

581. தேறுந் தலையின் முனிவோய் நீ! இனைத்திற் கருள்செய் கனிவோய் நீ!
கூறுங் கலையற் றுணர்வோய் நீ! கூறுந் தொனியற் றுரைப்போய் நீ!
மாறும் பொருள் யா விலு' நின்றே மாறா நிலைகொள் மரபோய் நீ!
இறுந் தவிர்ந்துன் புகழ்க்கடல்ஆழ்ந் தெனக்கே கரை.காட்டருளாயோ?

[காட்டருளாயோ=காட்டி அருளாயோ. இதுசெய்யுள்விகாரம். (வி. 41.) அற்று (வி. 1. 86.)]

582. ஒளிநாக் கொடுவான் சுடர்புகழ, ஒளிநாக் கொடு பன் மணிபுகழ,
களி நாக் கொடு பற் புள் புகழக், கமழ்நாக் கொடு கா மலர்புகழ,
Praise from all the creation. தெளிநாக் கொடு நீர்ப் புனல் புகழ, தினமே புகழப் படுவோய் நீ!
அளிநாக் கொடுநான் உனைப்புகழ அறியா மூகை உணர்த்தாயோ?

[கொடு = கொண்டு. (வி. 41.) ஒளி நாக்கு முதலியவும் பண்புத் தொகை. (வி. 154.)]

583. என்றும் போற்றப் படுவோய் நீ! எங்கு' நிழற்றோர் குடையோய் நீ!
Eternal king! Help me worthily to sing thy praise! முன்றுன் பொழுதற் றுளனோய் நீ! முக்கா லத்தோர் பொழுதோய்நீ!
குன்றுந் தன்மைத் துளா பின்றக் குணியா அருள் செய்தாய்; அதற்கே
ஒன்றுந் தேரு என்னிதயத் துணர்வின் காட்சி அளியாயோ?

[நிழற்று. (வி. 93.) முன்றுன் = முன் + துன். (வி. 38. 153.)]

XCIX பாடம்.

THE COUNTRY OF KÔSALA.

கோசல நாடு.

[முதல்நூல் செய்தவர்.]

584. வாங்க்ரும் பாத' நான்கும் வகுத்த வான் மீகி என்பான்
Kamban's modest commencement of his poem. தீங் கவி செவிகள் ஆரத் தேவரும் பருகச் செய்தான்;
ஆங்கவன் புகழ்ந்த நாட்டை அன்பெனு' நறவ' மாந்தி,
மூங்கையான் பேசல் உற்றான் என்ன யான் மொழியல் உற்றேன்.

[எழு: வான்மீகி, யான். பயனி: செய்தான். உற்றேன்.]

[வயல் வளம்.]

585. வரம்பெலா' முத்தந் தத்து'; மடைஎலாம் பணிலம்; மாநீர்க்
The riches of the paddy fields. குரம்பெலாஞ் செம்பொன்; மேதிக் குழி எலாங் கழு நீர்க்கொள்ளை;
பரம்பெலாம் பவளம்; சாலிப் பரப்பெலாம் அன்னம்; பாங்கர்க்
கரம்பெலாஞ் செந்தேன்; சந்தக் காஎலாங் களிவண் டீட்டம்.

[பலவித ஒலி.]

586. ஆறு பாய் அரவம், மள்ளர் ஆலை பாய் அமலை; ஆலைச்
சாறு பாய் ஓசை; வேலைச் சங்கு வாய் பொங்கும் ஓதை,
Various sounds heard in the fields. ஏறு பாய் தமரம், நீரில் எருமை பாய் துழனி; இன்ன
மாறு மா றாகித் தம்மின் மயங்கும் ஆ' மருத வேலி,

[மருதநிலம் இராசாத்திக்கு ஒப்பிடல்.]

587. தண் டலை மயில்கள் ஆடத், தாமரை விளக்கந் தாங்க
The cultivated land a queen! All nature waiting in her court. கொண்டல்கள் முழவின் ஏங்க, குவளைகண் விழித்து நோக்க,
தெண்டிரை எழினி காட்ட, தேம்பிழி மகர யாழின்
வண்டுகள் இனிது பாட, மருதம் வீற் றிருக்கு', மாதோ!

[இன்னது இன்ன இடத்தில் துயிலும் எனல்.]

588. நீரிடை உறங்குஞ் சங்கம்; நிழலிடை உறங்கு' மேதி,
தாரிடை உறங்கும் வண்டு; தாமரை உறங்குஞ் செய்யாள்;
தூரிடை உறங்கும் ஆமை; துறையிடை உறங்கும் இப்பி;
போரிடை உறங்கும் அன்னம்; பொழிலிடை உறங்குந் தோகை.

These and these sleep in such and such places.

(வி. 63.)

[இன்னது இன்ன இடத்தில் ஒளி விடும் எனல்.]

589. படை உழ வெழுந்த பொன்னும், பணிலங்கள் உயிர்த்த முத்தும்,
இடறிய பரம்பிற் காந்தும் இன'மணித் தொகையு' நெல்லும்,
மிடை பசுங் கதிரு' மீனு' மென்றழைக் கரும்பும் வண்டுங்
கடைசியர் முகமும் போதுங் கண் மலர்ந் தொளிரு'மாதோ!

These and these gleam here and there!

[தேன் பொழிவு.]

590. ஆலை வாய்க் கரும்பின் றேனும் அரிதலைப் பாளைத் தேனும்,
சோலை வீழ் கனியின் றேனும், தொடை இழி இறாலின் றேனும்
மாலை வாய் உகுத்த தேனும், வரம்பிகந் தோடி, வங்க
வேலை வாய் மடுப்ப உண்டு மீன் எலாங் களிக்கு', மாதோ!

Honey flows in the channels of that land.

[வாசனைப் பண்டத்து மிகுதி.]

591. வெண்டளக் கலவைச் சேறுங், குங்கும விரைமென் சாந்தும்,
குண்டலக் கோல மைந்தர் குடைந்தநீர்க் கொள்ளைச் சாற்றிற்
றண்டலைப் பரப்புஞ் சாலி வேலியுந் தழீஇய வைப்பும்
வண்டல் இட்டோடு மண்ணு'மதுகர'மொய்க்கு' மாதோ!

Odoriferous pastes.

[பண்ணை.]

592. சேல் உண்ட ஒண்கண் ணாரிற் றிரிகின்ற செங்கால் அன்னம்
The cultivation. மால் உண்ட நளினப் பள்ளி வளர்த்திய மழலைப் பிள்ளை
The frogs soothe with their chorus. கால் உண்ட சேற்று மேதி கன்றுள்ளிக் கனைப்பச் சோர்ந்த
பால் உண்டு துயிலப் பச்சைத் தேரைதா லாட்டும், பண்ணை.

[எழு: பண்ணை. பயனி: தன்மையது (தொகை.)]

C பாடம்.

MAXIMS.

நீதி மொழி.

[அது அது ஆதல்.]

593. மெய் வகை தெரிதல் ஞானம்; விளங்கிய பொருள்கள் தம்மைப்
Definitions of wisdom, perception, and good conduct. The result of these. பொய் வகை இன்றித் தேறல் காட்சி; ஐம் பொறியும் வாட்டி
உய் வகை உயிரைத் தேயா தொழுகுதல் ஒழுக்கம்; மூன்றும்
இவ்வகை நிறைந்த போதே இரு வினை கழியும் என்றான்.

[கல்விப் பெருமை.]

594. கைப்பொருள் கொடுத்துங் கற்றல்! கற்ற பின் கண்ணும் ஆகும்;
மெய்ப் பொருள் விளக்கும்; நெஞ்சின் மெலிவிற்கோர் துணையும் ஆகும்;
The value of learning. பொய்ப் பொருள் பிறகள்; பொன் ஆம்; துணைவி ஆம்; புகழும் ஆக்கும்;
இப்பொருள் எய்தி நின்றீர், இரங்குவ தென்னை? என்றான்.

[கற்றல். (வி. 85.)]

[நிலைமையின் விளைவு.]

595. பேதமை என்னும் வித்தில் பிறந்து, பின் வினைகள் என்னும்
வேதனை மரங்கள் நாறி, வேட்கைவேர் வீழ்த்து, முற்றிக்,
The tree of evil. காதலும் களிப்பும் என்னும் கவடு விட் டவலம் பூத்து,
மா துயர் இடும்பை காய்த்து, மரணமே கனிந்து நிற்கும்.

[எழு: மரங்கள். பயனி: நிற்கும்.]

[நட்பாராய்தல்.]

596. தொழுத தம் கையின் உள்ளுந், துறு'முடி அகத்துஞ் சோர
அழுத கண் ணீரின் உள்ளும், அணிகலத் தகத்தும், ஆய்ந்து
பழுது கண் அரிந்து கொல்லும் படையுடன் ஒடுங்கும்; பற்று
தொழிக! யார் கண்ணுந் தேற்றந் தேளிகுற்றார் விளிகுற் றாரே.

The weapon concealed in the hands that offer salutation.

[எழு: பகைவர் (தொகை), தெளிகுற்றார். பயனி: ஒடுங்கும், விளிகுற்றார்.]

[அரசருக்கு உரிய உபாயங்கள்.]

597. ஒற்றர் தங்களை ஒற்றரின் ஆய்தலும்,
கற்ற மாந்தரைக் கண் எனக் கோடலும்,
சுற்றம் சூழ்ந்து பெருக்கலும், சூதரோ
கொற்றங் கொள் குறிக் கொற்றவர்க் கென்பவே.

These three the real policy (சூது) of victorious kings.

[அரோ, அசைநிலை.]

[பொருளின் பயன்.]

598. வென்றி ஆக்கலும், மேதக வாக்கலும்,
அன்றி யுங் கல்வி யோடழ காக்கலும்,
குன்றி ஞர் தமைக் குன்றென ஆக்கலும்,
பொன்றுஞ் சாகத்தி னாய்! பொருள் செய்யுமே.

Gain wealth, which confers these benefits.

[பொன், துஞ்சும், ஆகத்தையுடையவனே!]

[ஒன்றினால் ஒன்றாகுதல்.]

599. பொன்னின் ஆகும் பொருபடை; அப்படை
தன்னின் ஆகும் தாணி; தாணியில்
பின்னை ஆகும் பெரும்பொருள்; அப்பொருள்
துன்னுங் காலைத் துன்னாதன இல்லையே.

One thing results from another.

CI பாடம்.

DAMAYANTI'S LAMENT.

தமயந்தி புலம்பல்.

600. கான்றூர் உயிர் ஒழுக்க, கண்ணீர் கவுள்அலைப்ப,
ஊன் றேய் கணைபட் டுழலும் பிணை ஒத்தேன்;
Like a stricken deer I weep. மான் றேர் அரசர் முடி உழுத வார்கழற் கால்
தோன்றால்! என் கண் களிப்ப இன்னமும் ஏன் தோன்றிலையே?

601. நேர் அலார் போர் ஏறே! நிடதத்தார் கோமானே!
Matchless warrior! King of Nishada! My life's life! Why hast thou left me? ஆர வரை மார்பா! அளியேன் உயிர்க்குயிரே!
கார் இருள் வாய் யான் புலம்பக் கானகத்து விட்டகன்றும்
சாரலை, ஆல், என்னும்; இதுவோ நின் தண்ணளியே!

[சாரலை = நீசேரவில்லை.]

602. நெஞ்சம் மெலிவேன், நினது தடந் தோளும்
கஞ்ச மலர் முகமுங் காணது கண் பனிப்ப
Alas! Art thou weary of me? மஞ்சு தவழ் வெற்பெறிந்த வச்சிரத்தோன் அன்றளித்த
விஞ்சை பயின்று விளை யாட் டயருதியோ?

603. ஞாலத் திருள்நடப்ப, நாட் கமலம் வாய் நெகிழ,
வேலைத் திரை முகட்டில் வெய்யோன் எழுந்தனன், ஆல்,
Wilt thou not return with the morning? மாலைக் கதிர் வடிவேல் மன்னர் பெருமானே!
காலைக் கடவ கடன் கழிக்க வாராயோ?

604. மன்னவனே! இப்பிறப்பில் கண்டு மணந்திலனேல்
இன்னம் ஒருபிறப்பில் ஆனாலும் ஏழையேன்
If not here, in some other world shall not I see thee? தன்னந் தனியே இருந்து தவம ஆற்றியும் உன்
பொன்அகலம் உள் உருகப் புல்லா தொழிவேனே?

605. வாவும் இள மான்காள், மயில்காள், மடப் பிடிகாள்,
Ye deer, &c., can ye not show the way my lord has gone?
கூவுங் கரிய குயில்காள், மென் புள் இனங்காள்,
ஆவி என மேவி அகலேம் என அகன்ற
காவலன் தான் போன வழி எனக்குக் காட்டீரே?

606. என்று உருகி, இரு கண் ணீர் ஆலி உகத்,
Thus saying, like a creeper fallen, she fell and wept.
தன் நாத் தழும்பப், புலம்பித், தமியளாய்
மின்னார் இடை நடங்கச், செல்வாள்; விறல் வேந்தன்
பொன் ஆர் அடி நோக்கிப், பூங்கொடி போல் வீழ்ந்தழுதாள்.

CII பாடம்.

RELIGIOUS SENTIMENT.

ஞான உணர்வு.

[நாடுவது இது என்பது.]

607. பொன்னை மாதைப் பூமியை நாடிடேன்;
Renunciation of all else for God.
என்னை நாடிய என்னுயிர் நாதனே!
உன்னை நாடுவன், உன்னருட்டு வெளி
தன்னை நாடுவன், தன்னந் தனியனே!

608. தன்ன தென்றுரை சாற்றுவன எலாம்
All is thine! To thee I offer all!
நின்ன தென்றனை, நின்னிடத்தே தந்தேன்;
இன்னம் என்னை இடர் உறக் கூட்டினூற்
பின்னை உய்கிலன் பேதையன் ஆவியே.

609. செய்யுஞ் செய்கையுஞ் சிந்திக்குஞ் சிந்தையும்,
ஐய, நின்னதென் றெண்ணும் அறிவின்றி
வெய்ய காம வெகுளி மயக்கம் ஆம்
பொய்யிலே சுழன்றேன், என்ன புன்மையே!

Not knowing thee and thy works I have gone astray.

---

610. இல்லை உண்டென் றெவர்பக்கம் ஆயினும்
சொல்லவோ, அறியாத தொழும்பன் யான்
செல்ல வேறொரு திக்கறியேன், எலாம்
வல்ல நீ எனை வாழ்விக்க வேண்டுமே!

I am bewildered with conflicting opinions. Give me rest.

---

611. கண்ட கண்ணுக்குக் காட்டுங் கதிர் எனப்
பண்டும் இன்றும் என்பா னின் றுணர்ந்திடும்
அண்டனே! உனக்கோர் பதினாயிரந்
தெண்டன், என் பொய்ம்மை தீர்த்திடல் வேண்டுமே!

Remove all mental darkness!

---

612. உண்ட வர்க்கன்றி உட்பசி ஓயுமோ?
கண்ட வர்க்கன்றி காதல் அடங்குமோ?
தொண்ட ருக்கெளியன் என்று தோன்றுவான்
வண்டமிழ்க்கிசை வாக மதிக்கவே!

Fruition only satisfies.

தமிழ்ச் செய்யுட் கலம்பகம் முற்றும்.

VOCABULARY AND CONCORDANCE.

செய்யுட் கலம்பகப் பொருளகராதி.

[The learner is advised to compare this Vocabulary with those appended to the III Grammar and to the Hand-book.]

அ

அ ஆ = இரக்கக்குறிப்பு, alas! 139.

அகரம் = அ என்னும் அட்சரம், the letter A. 1.

அகடு = நடு நிலைமை, the centre. 135.

அகத்து = இடத்தில், in. 14.

S. அகம், [AHAM] = உள்ளம், மனம், the mind. 190. 341. 495.

இடம், the place. [III. Gram. 63.] 596. 601.

வீடு, house. 545.

உள், within. 86. 366. 596.

அகலல் = விரிதல், be extended. 182. 483. 484.

பிரிதல், become separate from. 601. 605.

அகலம் = மார்பு, ஆகம், bosom. 604.

அகழ் | தல் = தோண்டுதல், dig down into. 298. 483.

அகற்றல், [அகலல்] = விலக்கல், put away from...... ......196. 285.

அகல்வித்தல், பெரிதாக்கல், expand....... ....19.

அஃகல் = சுருங்கல், நுட்பமாதல், be minute....... ....182.

"*Knowledge both minute and extensive.*"

அஃது = அது, that. 20. 272. 351.

S. அங்கம் = சரீரம், the limbs, body. 465.

அங் | கண் = விஸ்தாரமான இடம். [அம் + கண்.] spreading....... 484.

அங்கணம் = சலதாரை, a gutter. 54.

அங்காத்தல் = வாயைத்திறத்தல், open (the mouth.)...... ....22.

அங்கு = அவ்விடம், there......469.

அசா = தளர்ச்சி, faintness.....423.

அசா | வாமை = தளர்ச்சி இன்மை, unwearied effort. ....217.

அசை | தல் = தளர்தல், be moved. diverted from one's object. 422.

அசை | வு = சோர்வு, weakness. 483.

அச்சம் = பயம், fear, dread. 458. 480, 490.

அச்சாணி, [அச்சு + ஆணி.] = அஞ்சுருவாணி, a linch-pin, bolt. 197.

அஞ்சு | தல் = பயப்படல், dread. 22. 53. 186. 352. 426. 465. 466. 518. 544.

அடகு = இலை, இலைக்கறி, vegetable [curry. 64.

அட | க்கம் = பொறியொடுக்கம், இச்சை அடக்கம், self-government, self-restraint. 237—248.

அட | க்குதல் = அடக்கல், restrain. 240. = மறைத்தல், conceal. 67. 73.

அட | ங்குதல் = தணிதல், abate, be satisfied. 612.

கீழ்ப்படிதல், submit to restraint. 227. 239. 243. 335.

அடல் = பெலன், strength. 580.

அடி = பாதம், தாள். 3. 4. பாதச்சுவடு, footsteps...... ......606.

அடு | க்கல் = அணி அணியாயிருத்தல், a pile, series.... ....425.

அடு | தல், = கொல்லல், kill. 404. 405. 542. 544.

சாதல், die. 94. [548.

சமைத்தல், cook. 257. 335. 398.

காய்ச்சுதல், boil. ....468.

அடு | த்தல் = மேலும் மேலுஞ் செய்தல், recur, repeat. 99. 425. 536.

அடை | தல் = சேர்தல், draw near to. 55. 126. 424. 448.

அடை | த்தல் = மூடுதல், close up, conceal. 257. [548.
அட்டில் = சமையல்வீடு, a kitchen.
அணி = ஆபரணம், ornament. 200.
அழகு. 239.
சமீபம், near. 50. 361. [200.
அணி | தல் = தரித்தல், put on. 196.
சிறப்பித்தல், adorn. 132.
அணி | கலம் = ஆபரணம், an ornament. 238. 596.
அணுகல்=அடைதல், approach. 574.
அணை = கரை, a dam............164.
அணைத்தல் = சேர்த்துக் கட்டல், tie. 210.
அண்டன்=வானவன், தேவன், lord of the universe. 611.
அதர் = வழி, the way-side....210.
அதற்கு = அக்கல்விக்கு...... ....7.
S. அதிதி=விருந்தாளி, யாசகன், a guest, mendicant. 398.
அதுவாக = அதைப் போல. (அது + ஆக.) like it. 15.
S. அப | காரம் = கேடு, an injury.
அமலை = ஓசை, ஒலி, a sound....586.
S. அ | மரர்=தேவர் [மரணமில்லாதவர்], the immortals...... ....243.
அமர்தல்=பொருந்துதல், be fitting. 196.
விரும்பல், desire..... ....134.
S. அமிழ்து = அமுதம், ambrosia. 64. 421. 509.
அமை = மூங்கில், bambû......196.
அமைவு = நிறைவு, fitness. 25.
அமைதல் = திருத்தி ஆதல், be satisfied. 156. 172.
உண்டாதல், become. 152. 341.
பொருந்துதல், agree. 82. 277. 374.
அம் = அழகு, beauty....422. 484.
அம்மா = வியப்புச் சொல், oh! see! 176. 190.
அம்பு = கணை, an arrow......485.
அயர் | தல்=செய்தல், நடத்தல், do, walk. 142. 602.
அயர் | வு=துன்பம், sorrow......574.
அரங்கு = வட்டாடும்பலகை, a draught board...............30.
அரசு = அரசன், ஆளுகை, king, government. 515. 526. 568. 576.

அரண் = காப்பு, defence. 458.
அரம்பை = வாழைமரம், a plantain tree. 249.
அரவம் = ஓசை, sound.. ......586.
அரவு = பாம்பு, serpent. ......473.
அரற்றல்=பிதற்றல், babble....166.
அரி = அரிந்த, cut. (வி. 153.) 590.
அரி | தல்=அறுத்தல், cut.......596.
அரிது=அரிதாயிருக்கின்றது, இல்லை, it is hard, rare..... ......5. 183.
அரி | த்தல்=தேடுதல், sift out......21.
அரிப்பு = sifting........ ......21.
அரிமா = சிங்கம், lion.....212. 485.
அரிய=அரிதானவை, things difficult. 83. [70. 71.
அரியார் = கூடாதவர், who cannot.
அருகு=பக்கம், vicinity....77. 361.
அருப்பு=கிளைத்தல், bloom.....433.
அரும்புதல் = உண்டாதல், மலர்தல். 575. FLOWER.
அருமை = rarity, difficulty, excellence. 71. 130. 139. 217.
அருவி=ஆறு, மலையில் வீழும் அருவி. 75. 111. 239. 292.
அருள்=கிருபை, kindness. 37. 177.
தயை. 145. 497.—502. 574. 576.
அரோ=அசை நிலை, an expletive. 81.
அலகு=அளவு, measure... 29. 158.
நெல், rice-corn..... ......572.
அலரி = ஒருமலர், a flower.....420.
அலர் | தல்=மலர்தல், விரிதல். (வி. 153.) BLOOM...., ...197.
அலறல் = அழுதல், புலம்பல், lament.............145. 161. 162.
அலை | தல்=திரிதல், wander....576.
அலை | த்தல்= ஒதுக்கல், cast up. 70. 422. கெடுத்தல், destroy....516.
ஒழுகல், trickle down.......600.
அல்ல = அல்லாதவையாம், are not. 13. 14.
அல் | லல்=துன்பம், பகை, 431. affliction. 93. 449. 500. 525.
அல் = பிற, other.... ....51.
அல்லவை = பாவம்...... 410. 561.
அல்லால் = அல்லாமல், except. 5. 17. 29. 32. 157.
அல்லார் = தீயோர், bad. 67.
அல்கல்=சிறுகல், become small. 126.

S. அவதரித்தல்=பிறத்தல், be incarnate. 577.
அ | வலம் = வல்லபமின்மை, weakness............................595.
அவா = ஆசை, inordinate desire. 184. 188. 235. 490.
அவா | வல் = விரும்பல், desire. 264.
அவி | தல்=அடங்கல், contract. 280.
அவிழ் | தல் = உடைதல், ஒழுகுதல், distil.................................229.
அவை = அவையம், சபை, the assembly...................147, 512.
அவைகள், those..............14.
அவ்வது = அப்படி, so. 350. [அ+அது.]
அவ்வியம் = பொறாமை, envy. 394.
அழல் = உஷ்ணம், heat.......424.
அழற்கதிர்=சூரியன், the hot-beamed [sun.] 557.
அழகு=அலங்காரம், beauty, adornment.
அழி=மிகுதி, great (gnawing.) 272.
அழி | தல்= } வருந்துதல்.
அழி | த்தல்= }
கெடுதல், கெடுத்தல், perish, destroy. 80. 190. 476.
அழுக்காறு = பொறாமை, envy. 235. 318. 391—396.
அழு | ங்குதல்=துன்பப்படல், be afflicted..........................51.
கெடுதல், perish......323. 332.
அழை | த்தல்=கூப்பிடல், call. 564.
அள | த்தல்=அளவிடுதல், measure. 91.
அள | வு = எல்லை, limit........439.
சாதனம், instrument.........535.
வரையறைஞானம், 374. 441. 443. 505.
அளவளாவுதல் = நெஞ்சுகலத்தல், amalgamate................ 434.
அளாவுதல் = கலத்தல், கலக்குதல். 82. 434. 509. [65.
அளி | தல்=வருந்தல், suffer disgrace.
அளி=கிருபை, kindness. 463. 582.
எளிமை, poverty............601.
அளி | த்தல்=இரட்சித்தல், save. 575. 577.
கொடுத்தல்............583. 602.

அற = மிக, much..............208.
நீங்கும்படியாக, so as to exclude. 7. 11. 138.
முழுவதும், entirely. 228. 229.
அறம் = தருமம், virtue, charity. 37. 53. 140. 230. 231. &c. 144. 162. 172. 311.
துறவறம். 326. 327. 329. 486. 561.
தர்மகடவுள், the god of virtue. 494.
அறன் = அறம். 180. 186. 234.
அறனல்ல = அறமல்லாதவை, தீமைகள்......................180.
அறி | தல்=அறிவு, knowledge. 53. 144.
= மனதால் கிரகித்தல், comprehend...........................14.
தெரிதல், understand. 20. 108. 258. 293. 351. 476.
அறி | ஞர் = அறிவை உடையவர், the wise............. 110. 200. 275.
அறி | வு=ஞானம், knowledge. 11. 19. 28. 29. 108. 138. 143. 182. 221. 222. 346–360.
அறி | வன் = அறிவையுடையவன். 2. 352.
அறு=ஆறு, six. 134.
அறு | தல்=நீங்கல், depart, be removed, cease. 48. 171. 166. 185. 188. 228. 258. 433. 335.
உபத்திரவப்படுதல், suffer adversity.............................97.
அறு | த்தல்=நீக்குதல், cut (the bonds of.) 18. [239.
அறை | தல் = ஒலித்தல், resound. 74.
சொல்லல், declare.........275.
அடித்தல், strike. 291. 390. 567.
அற்ற = (தண்ணீர்) குறைந்த, the dry..........................48.
இல்லாத, without.......... 45.
அற்று = போல, so, like, as. 26. 27. 30. 147. 185. 444.
அற்றார்=வறியவர், the poor.....272.
இல்லாதவர்கள், those without. 22.
S. அற்புதம்=ஆச்சரியம், a miracle. 476.
அனிச்சம் = ஓர்மலர், the anicham flower.....................401.
அனை=ஒப்பு, likeness. [வி. 93.] 32. 35. 36. 60. 81. 221.

அளவு=so much, as much as. 10. 11. 111. 215. 234.
அனைத்தெவையும் = all. 225. (அனைத்து + எவை + உம்.)
S. அனுபவித்தல்=நுகர்தல், enjoy. 174.
அன்பு=பிரியம், சிநேகம், ஆசை, affection. 37. 177. 491—496. 575. 577.
S. அன்னம் = [HANSA,] அன்னப்பட்சி. a swan...... ......16. 585. 592.
அன்னன்,
அன்னோன்,
அன்னது,
அன்ன,
அன்னார். = போல, like, that kind of, such. 27. 79. 365. 534. [III Gram. 93.]
அவ்வகையான. 210. 576. 166.
அன்றி = அல்லாமல், besides. 536.
அன்று=அல்ல, it is not....59.134.
அன்றைக்கு, that day. 312.
அன்றோ = அல்லவோ. 69. 325.
அன்மை=அல்லாமை. [அல் + மை.] the not being......... ......73.

ஆ

ஆ=பசு, a cow......334. 336. 515.
ஆக, as, while. 18. 43. 111. 225. 226.
இரக்கக்குறிப்பு, ah! ....578.
ஆக = போல, as, like......15. 26.
இருக்கவே, while it is. 227,
ஆகம் = மார்பு, breast. 598.
ஆகாரம் = இரை, food.... ....108.
ஆகாத=முடியாத, impossible. 460.
ஆகு|தல்=உண்டாதல், spring from. 2. 234. 599.
முடிதல், be accomplished. 225. 535, 536.
செழித்தல், prosper. 56. [234.
ஆகுலம் = ஆரவாரம், mere sound.
ஆக்கம் = பெருக்கம், increase. 231. 327.
பயன், gain. 183. 232. [318.
செல்வம், wealth. 176. 258. 311.
ஆக்கு|தல் = செய்தல், do, cause, make........ ....109. 598.
ஆங்கு=அப்பொழுது, then. 87. 178. 209.
அசைச்சொல், redundant. 21. 563.
அவ்விடம், there. 22. 108. 337.
போல, as. 28. 37. 39. 56. 159. 374. 420. 458.
ஆசாரம் = ஒழுக்கம், prescribed observance....... ....490.
ஆடு|தல், ஆடல் } அசைதல், move, wave, vibrate.........210.
சிறகுகளை விரித்தாடுதல், strut. 15.
கூடுதல், join with.... ......82.
முழுகுதல், bathe in. 305. 412.
சஞ்சரித்தல், dwell.... ....333.
விளையாடுதல், play.... ....30.
ஆட்|சி=உரிமை, characteristic. 62.
ஆண்டை=மறுமை, the other world. 257.
ஆண்|மை=முயற்சி, effort....420.
ஆண்மைத்திறம், manliness. 422.
ஆளுந்தன்மை, predominant quality.... .... 441.
ஆதரவு = பிரியம், தேற்றரவு, support. comfort....... ....230.
ஆதல் = உண்டாகுதல், become. 472.
S. ஆதி = முதல், முதன்மையான, the first........................1.
S. ஆதிபகவன் = கடவுள், the eternal God........... ....1.
ஆமை = கூர்மம், a tortoise. 588.
ஆம் = அசை நிலை, redundant. 154.
ஆகும், will become. 12.
ஆம்பல்=அல்லி, a water lily. 48.78.
ஆய=ஆகிய, which springs from. 2. 39.
ஆயம் = சூதாடுந்தாயம், dice. 448.
ஆயுள்=சீவன், வயசு, age, life. 207.
ஆயினும் = ஆனாலும், although (it) be......... ....20. 24.
ஆய் = ஆகி, being. 19.
ஆய்|தல் = ஆராய்தல், examine. 90. 277. 285. 388. 596.
ஆய்|வு=ஆராய்ச்சி, examination. 173.
ஆரம் = மாலை, garland, string of pearls....... ....601.
ஆர|ாய்|தல்=சோதித்தல், examine. 25. [600.
ஆர்=அரிய, precious. [வி. 121.] 80.
நிறைந்த, intense...... ....243.

ஆர் | தல்=நிறைதல், கூடுதல், be filled with. 64. 142. 196. 383. 584.
புசித்தல், திருத்தியாதல் .... 421.
பொருந்தல், be connected with. 606.

ஆர் | த்தல்=சத்தித்தல், hum. 69. 293.

ஆர்வலர் = அன்புடையவர், the beloved ones .... 491.

ஆலி = நீர்க்கட்டி, a drop ...... 606.

ஆலை = கருப்பஞ்சாறு, sugarcane juice .... 586.
கரும்பாட்டுகிறயந்தரம், the sugar mill .... 590.

ஆல் (அசைநிலை, redundant, perhaps)=since .... 12. 18.

ஆவது = வரக்கடவது, what will, or ought to be .... 293. 351.

ஆவி=பிராணன், soul. 174. 605. 608.

ஆழ் | தல்=முழுகல், be plunged into. 581.
ஆழமாதல், be sunken....... 309.

ஆள் = மனிதன், man, person. 145.

ஆளர் = ஆள்வார், உடையவர், those who exercise, possessors of. 108. 138. 499.

ஆளு | தல்=முயலல், செய்தல், exercise..... .... 499. 500. 580.

ஆள் | வினை=முயற்சி, effort .... 222.

ஆறு = நதி, river. 26. 175. 475. 586.
வழி, way, course. 12. 159. 173. 254. 296. 377. 476.
விதம், manner .... 169. 252. 563.

ஆறு | தல்=தணிதல், heal, be assuaged. 248. 574.

ஆற்ற = மிகுந்த, much. 283. 509.

ஆற்று | தல், ஆற்றல், } செய்தல், do, perform. 130. 158. 165. 261. 371. 482. 512. 570. 604.
மிகுதி, be much. 138.
வல்லமை, power. 52. 271. 281. 310. 535. [294. 484. 525.
பொறுத்தல், endure. 261. 271.
பெருமை, greatness .... 441.
காப்பாற்றல், guard .... 472.

ஆற்றறுத்தல் = வழியில் செல்லுதல், proceed towards. 93.

ஆற்றுதார்=தரித்திரர், the poor. 255.

ஆற்றுமை = வலியில்லாமை, weakness .... 281.
பொறுத்தற்கரியவை.

ஆன்=பசு, a cow. [வி. 65.] .... 81.

ஆனும்=ஆனாலும், whatever. 12. 50.

இ

இக | த்தல்=கடத்தல், exceed, *transgress the bounds of.* 137. 528. 590.

இகல் = பகை, hatred .... 537.

இகழ் | தல் = பழித்தல், despise. 26. 37. 57. 65. 177. 297.
நீங்கல், கடத்தல், surpass. 578.

இசை = வாசகத்தமிழ், prose.

இசை | தல்=பொருந்தல், fit, agree. 422. 475.
கூடுதல், succeed .... 485.
கிடைத்தல், be obtained .... 332.
ஏறுதல், obtain entrance .... 355.

இடத்து = பொழுது, when. 502.

இடம் = தலம், place. 19. 20.

இடம் | படல்=விரிதல், be extensive. 335.

இடல் = கொடுத்தல், give. (Redundant.) 21. 63. 175.

இடர்=துன்பம், affliction. 126. 333. 470. 560. 608. [589.

இடறு | தல்=தடுத்தல், strike against.

இடி | த்தல் = புத்திசொல்லல், reprove. 85.
அடித்தல், strike .... 517.

இடு | காடு = சுடுகாடு, the burning ground .... 253.

இடு | தல் = கொடுத்தல், give. 474.
போடுதல், dash against .... 108.

இடு | தலை = கபாலம், skull. 309.

இடு | க்கண்=துன்பம், straits, affliction..... .... 87.

இடும்பை = துன்பம், affliction. 4. 155. 221. 319. 595.

இடை = நடு, middle. 63. 171. 168. 188. [152. 588.
இடத்தில், in, among. [வி. 63.]
இடுப்பு, waist..... .... 606.
நடுவு நிலைமை,(the just medium) 59.

இட்டு=விட்டு, having given. (redundant.) 21. 591.

இணை | ங்கல்=நேசித்தல், be closely associated, agree .... 45.

S. இந்திரன்=Indra. 195.

S. இதையம், இதயம், [இருதயம்]=உள்ளம், heart..............578. 583.

இப்பி=சிப்பி, pearl oyster.....588.

இமை | த்தல்=பிரகாசித்தல், glitter. 481.

இம் | மை (இ+மை) = இவ்வுலகம், this world. ....18. 242. 252.

இயக்கு | தல்=செலுத்துதல், conduct 26.

இயலு | தல்=நடத்தல், conduct one's self, be of use.......... 235. 323.

இயல் | பு=நற்குணம், பண்பு, right mindedness...... ....70.

இயம்பு | தல்=சொல்லல், say. 124.

இயற் | கை=தன்மை, nature....332.

இயற் | றல்=செய்தல், do.......422.

இயை | தல்=பொருந்தல், be fitting. 252.

கிடைத்தல், be obtained.....433.

உண்டாதல், be joined....... 493.

இயை | பு=இசைவு, harmony. 504.

இர | ங்கல்=இரக்கஞ்செய்தல், have mercy on. 576. 580.

அழுதல், mourn........459. 594.

இரட்டி=இருமடங்கு, doubly. 252.

இரண்டு. two. 9.

இர | த்தல்=யாசித்தல், beg. 44. 134. 249. 252. 315. 480. 516.

S. இரவி=சூரியன், sun.......574. 580.

இரவு=இரா, night. 563.

இரி | தல் = பறத்தல், fly, descend from....... ....59.

இரு | வினை=நல்வினை, தீவினை, good and bad deeds....... ......593.

இரு, இரும்=பெரிய, great. 55. 172. 557. [479.

இரு | க்கை=தங்குமிடம், one's place.

இருந்தை=கரி, charcoal........356.

இருந்தக்க.........................296.

இரு | மை = இம்மை, மறுமை, both worlds.................486.

இரு | வர்=இரண்டுபெயர், two persons. 294.

இருள்=அந்தகாரம், darkness. 125. 344. 498. 574. 601.

நரகம், hell..................397.

இரை=உணவு, food............211.

இல=இல்லை, இல்லாதனவாம். 4. 6.

இல | ங்கல்= விளங்கல், be clear, resplendant, famous....36. 72. 111.

இல | ம்=இல்லாதவராயிருக்கிறோம், we are destitute............181.

இலாதார்=இல்லாதவர்.

இலாளர்=இல்லாதவர்.27.58.77.156.

இலான், இலன்=இல்லாதவன், one without. 4. 234.

இலிகாள் = இல்லாதவர்களே! Ye who have not!..............465.

இல்=இல்லை, there is not. 17. 18. 20. 43. 475. 499.

இல்லாத, which has not......6. 13.

வீடு, *a house.* 156. 163. 202. 545.

இல்ல = இல்லாதகாரியங்களைக்குறித்து. 65. [undeserved praise.]

கணவன்.

நல்லகுலம், good family. 59. 481.

இல்லா=இல்லாத, 16. destitute of.

இல்லாதான்=இல்லாதவன்.......5.

இல் | லாள் = மனைவி, a house-wife. 134. 545. 573.

குணம்இல்லாதவள், a woman destitute of (good qualities.) 545

இவர் | தல் = கவர்தல், ஏறுதல், rise up. 39.

இழ | த்தல்=lose......87. 140. 420.

இழி | தல்=தாழ்தல். be mean....127.

இழி | ஞர்=தாழ்வுடையோர், the base. 127.

இழி | வு=தாழ்வு, affliction....296. 473.

இழு | க்கு= குற்றம், disgrace, fault. 370.

பிழை, defect, error....247. 477.

இழு | க்கல் = வழுக்கல், err, slip. 202. 235.

மறத்தல், forget............459.

இழுது=நெய், ghee............250.

இழை | த்தல்=அளவுசெய்தல், measure, allot..................137.

ஆராய்தல், measure out, examine. 203.

இழை=ஆபரணம், jewels, (strung on a thread.)..........19. 110. 250.

இளி | வு=அவமதிப்பு, disgrace. 315.

இளை | மை = எவ்வனம், youth. 141. 144. 165. 167. 279.

இளை | யான் = இளமையுள்ளவன், a youth..... ....279.

இற | த்தல்=மிகுதல்,surpass. 69. 255. 456.

நடத்தல், கடத்தல், pass by. 276. 376. 439. 565.

இற | ப்ப=surpassingly. 313. [299.

இற | ப்பு=அவமரியாதை, rudeness.

இறால்=தேனடை, honey comb. 590.

இறு | தல்=முடிதல், end.......207.

அழிதல், perish.............310.

முறிதல், break..........308. 375.

இறு | தி=முடிவு, end...... ....376.

இறை | த்தல்=தெளித்தல், pour, scatter......................47. 563.

இறை=தீர்வை, tax. [522. 578.

இறை | மகன் = அரசன், king. 519.

இற் | பிறப்பு = நல்லகுடியிலேபிறத்தல், high birth. 242.

இற்று = இத்தன்மையையுடையது, thus. 309.

இனம் = நட்பு, association, friendship............54-59. 426-431.

கூட்டம், assembly, collection. 589, 605.

உறவு, relationship...... .... 103.

இனிது=இனிமையுள்ளது, sweet. 65. 96. 509. 511. 513.

இனி | மை=இன்பம்......561 562.

இனியவர் = இனிமையுள்ளவர், the sweet tempered.............559.

இன் = இனிமை, sweet, dear. 293. 310. 557. 562. 566.

போல, like..................6.

இன்பம், இன்பு=சந்தோஷம், ஆனந்தம், pleasure. 19. 51. 188. 230. 236. 344.

இன் | மை=வறுமை, poverty.....220.

இல்லாமை, destitution. 82. 133. 220.

இன்றி=இல்லாமல், without. 29. 172. 212. 224. 294. 593.

இன்று=இல்லாதது, it is without. 18. 20. 153.

இன்றி, without. 22.

இன்றைக்கு, to-day. 312.

இன்னர் = இப்படிப்பட்டவர், such persons....................242.

இன்னம்=மேலே,hereafter, yet. 604.

இன்னா=துன்பம், evil, harshness. 34. 38. 66. 71. 72. 79. 101. 235. 280. 281. 414. 419. 562.

இன்னா | மை=துன்பமாயிருக்குந் தன்மை, the being evil..........419.

இன்னா|ங்கு=துன்பம், affliction. 141.

இன்னார் = இனிமை யற்றவர், those without sweetness. 559.

இன்னினி = இப்பொழுது, immediately......................162.

இன்னே, now. 167.

ஈ

ஈ = a fly. 50. 140. 166.

ஈகை=கொடை, a gift. 249. 255—260. 269.

ஈங்கு=இங்கே, இம்மை, here in this world. 137. 156. 284. 336. [585.

ஈட்டம்=கூட்டம்,collection,swarm.

ஈட்டல்=சேகரித்தல், collect. 140. 230. 565.

ஈண்டல் = நிறைதல், be collected, acquired. 187. 203. 313.

ஈண்டு=இப்பிறப்பு, இம்மை, in this world. 161. 228. 486.

ஈ | தல்=கொடுத்தல், give, the giving. 18. 44. 95. 107. 230. 252. 255. 270. 421.

ஈந்த = ஈத. [ஈதல்,] [480.

ஈ | யாமை=கொடாமை, not giving.

ஈரம்=நனைவு, moisture. ....334.

குளிர்ச்சி, coolness...........333.

அன்பு, love.............27. 107.

ஈர் | தல் = அறுத்தல், divide in two, saw asunder. [இரு]........148.

ஈறு=முடிவு. [இறு.] end.......581.

S. ஈனம்=இழிவு, want, disgrace. 212. 315.

ஈனல் = ஈன்றல், பெறுதல், தருதல், afford, bring forth. 231. 392. 414. 420. 514.

உ

உக | த்தல் (உவத்தல்) = விரும்பல். rejoice in, desire............16.

உகிர்=நகம், claw.............212.

உகு | தல்=சிந்தல், lie scattered. 307. 606.

உகு | த்தல்=சொரிதல், pour forth. 365. 590.
உசா | வுதல் = சூழ்ச்சிசெய்தல், take counsel.....................423.
உஞற்றல்=முயலல், use effort. 224. 311.
உட | மை=உடைமை, possession of wealth....................400.
உடல்=உருவம், form..........533.
சரீரம், body,...... ....577.
உடம்பு=சரீரம், body. 140. 153. 154.
உடற்றல்=கெடுத்தல், destroy. 100.
உடன்=கூட, together with. 49. 136.
உடு | க்கை=ஆடை, garment....87.
உடு | த்தல்=கட்டல்.
தரித்தல், put on, clothe themselves in. 140. 364. 396. 517.
உடை | யன்=உடையவன், one possessed of. 17.
உடை|யர்=உடைத்தானவர்கள்,possessors of. 9. 123. 130. 213.
உடை | த்தல் = ஒடித்தல், burst the banks........ ....68.
உடை | த்து = உடையது, it is possessed of...............20. 217.
உடை | மை = உடைத்தாகுந்தன்மை, possession..............41. 214.
உட்கல் = பயப்படல், be disgusted. 309.
உடை=உடைய. 202.
உடுப்பு, garments. 448.
உட்கப் | படல் = அஞ்சப்படுதல், be respected. 450.
உண | க்கல் = உணத்தல், dry in the sun............... ....356.
உண | வு=சாதம், food..........155.
உணர்|வு=அறிவு, understanding. 20. 44. 76. 579.
உணர் | தல் = அறிதல், understand. 20. 37. 40. 42. 58. 136. 203. 226. 479. 506.
நினைத்தல், imagine. 146.
உணர் | ச்சி = புத்தி, understanding. 43. 131. 226. 428. [134. 517.
உண் | டல்=உண்ணல், eating. 64.
உண் | டி=சாப்பாடு, food. 134. 548.
உண்டு = உள்ளது, there is. 20. 41. 43. 134.

உண் | ணல் = சாப்படல், புசித்தல், eat. 135. 138. 140. 142. 143. 168.
குடித்தல், drink. 25. 106. 533. 592.
கொள்ளல், imbibe......... 592.
உண்ணீர்=உள்ளேஇருக்கிறதண்ணீர். 306.
உண் | மை = நிச்சயம், reality, certainty.........................145.
உள்ளது, the being..........503.
உத|வல்=உபகாரஞ்செய்தல், render aid................... 124. 249.
உத|வி=ஒத்தாசை, aid. 50. 116. 118. 120. [307.
உதிர் | தல் = விழுதல், fall off. 144.
S. உப | காரம்=நன்றி, benefit. 107. 108.
உ | ப்பக்கம்=புறம், behind....224.
உப்பு, salt. 24.
உமி=நெல்லின்உமி, husk.......67.
உ | ம்மை=மறுமை, the other world. 297.
உயர் | தல்=பெரிதாதல், be exalted. 69. 126. 175. 420. 576.
உயிர்=சீவன், life. 66. 148. 580. 600.
மனிதர், men. 8. 128. [589.
உயிர் | த்தல்=ஈனுதல், bring forth.
உயிர் | நிலை=சரீரம், body, the seat of life..................... 496. 576.
உய் | தல்=பிழைத்தல், escape. 137. 145. 159. 164. 254. 405. 563. 580. 593. 608.
உய் | த்தல்=செலுத்தல், cause to go. 243. 390.
எறிதல், cast away............21.
ஆராய்தல், examine......20. 140.
போகவிடல், let pass. 280. 347.
உய் | த்துணர்வு=ஆராய்ந்து பொருள் கொள்ளும் அறிவு, thorough comprehension.................20.
உரம்,(உரன்)=அறிவு,knowledge.395.
பலம், strength, effort.. 223. 279.
உரவு=மிகுதி, running (water.) 54.
உராவுதல்=செல்லுதல், pass through. 278. [606.
உருகு | தல் = மெலிதல், melt. 604.
உருவம் = வடிவு, form, beauty. 82.
வேடம், disguise...... ....409.
உருவு=உருவம், form. 22. 336. 534.
உருளுதல்=பிரளுதல், roll..... 172.

ஊ

ஊக்கம்=மனஎழுச்சி, vigour of mind. 213. 218. 541,
ஊக்கல் = செய்தல், do. 283. 368. மேற் கொளல், make effort. 376. 563.
ஊங்கு = மேற்பட்ட, great. 231. 232. 431. [573.
ஊடல் = பிணங்கல், sulk with. 68.
ஊட்டல் = உண்ணச் செய்தல். feed. 134. 315. 475.
ஊண் = உணவு, food. [உண்.] 448.
ஊதியம் = பயன், benefit 76. 367. இலாபம், gain.......... 92. 379.
ஊத்தை = அழுக்கு, filth. 22.
ஊய்த்தல்=கொண்டுபோகுதல். take away. 161.
ஊராண்மை=சினேகதன்மை, friendliness.......... ....82.
ஊருணி = குளம், a spring....264.
ஊர்|தல் = ஏறுதல், increase....133. வரிசையாகநடக்குதல், pass over. 52. 172.
ஊர்=village. 229. [22. 565.
ஊழ்=நல்வினை, பகுதி, one's deserts. முறை, method...... ......165. நியதி, விதி, destiny.... ....224.
ஊறு=இடையூறு, obstacle. 459.
ஊறல்=ஊற்றுநீர், a spring. 258. 533.
ஊறுதல் = சுரத்தல், gush forth. 11.
ஊற்றுக்கோல்=ஊன்றுகோல், a staff. 202.
ஊற்று=உதவி, ஆதரவு, support. 483.
ஊன் = இறைச்சி, meat, flesh. 168. 211. 577.
ஊன்றுதல் = நிலையாய்நிற்றல், நிறுத்தல், lean upon. 88. 141. 219.

எ

எச்சம் = சந்ததி, posterity.....527. ஒழிதல், (as for the rest.) ...490.
எஞ்ஞான்றும் = எந்நாளும், always. 53. 58. 194. 206. 230. 277.
எஞ்சல்=குறைதல், be deficient. 463. இருத்தல், remain behind. 157.
எட்டி = ஓர்மரம், nux vomica. 275.
எடு|க்கல் = தாங்கல், support...425.
எடு|த்தல் = செய்யத்தொடங்குதல். commence...............72. 536.
எண்ணல் = நினைத்தல், think, remember, esteem, devise. 59. 138. 139. 141. 143. 168. 312. 485. 609. ஆராய்தல், examine. 372.
எண் = எட்டு, eightfold.... ....6. அளவு, measure............565. மதிப்பு, estimation.... ....576. எளிமை, easiness..........349. எண்சாஸ்திரம், கணிதநூல், கணக்கு, arithmetic..... ....8.
எண்மைய=easy things. 209.
எதிர்=நேர், opposite to, to meet one. 479.
எத்துணை = எவ்வளவு.... ......20.
எந்தை = என்தகப்பன், my father. 249.
எம்மை = எவ்வுலகும், what state soever.... ....18.
எயிறு = பல், tooth.... ...... 516.
எய் | தல்=அடைதல், பெறுதல், obtain. 227. 258. 365. 445. 461. 594. வருதல், come to. 478. செலுத்தல், shoot at. 273. 485.
எய் | த்தல்=இளைத்தல், weary (one's self.) ....21. 471.
எரி|தல் = வேகுதல், burn. 176.
எரி= நெருப்பு, fire ....43. 250. 297.
எலாம் = எல்லாம், every. 293.
எல் = இராத்திரி, night.........138.
எல்லாம் = சகலம், 1. 14. 17.
எல்லை = அளவு, limit..........137. எவன்=யாது காரணம, why? 42. 408.
எவ்வது = எப்படி, how. 350. [எ + அது.]
எழில்=எழுச்சி, அழகு, beauty. 33.
எழினி= திரை, the ocean. 587.
எழ|ல், எழு|தல்= } உதித்தல், dawn. 158. 603. எழுந்திருக்குதல், rise up. 141. 167. 479. 570. போதல், go forth...... ....160.
எழு | த்து = எழுத்துகள், writing, letter........ ....1. 107. இலக்கணநூல், grammar. 8. கிளம்புதல், be turned up. 589.
எள் = எள்ளு, hemp seed. 467.

என் | ஏல் = இகழ்தல், despise. 127. 372. 385. 440. 534.
எறி | தல் = வெட்டுதல், cut down. 57.
உடைத்தல், break.... ....602.
அடித்தல், strike......102. 160.
வீசுதல், cast forth, breathe forth. 43. 60. 114. 258.
எறும்பு = சிற்றெறும்பு, ant......52.
எற்று = எத்தன்மை யுடையது? what kind is it?...........190. 323.
யாதொன்று, any.... ......483.
எனல் = என்று சொல்லல், pronounce. 242.
எனின் = எனில் = என்றால், if. 2. 224.
எனை = எவ்வளவு, how much. [+து ணையும் = soever.] 225.
எனைத்து = எவ்வளவு? how much? 143. 343.
என் = என்ன? 2. 20. யாது காரணம்? why?....... ....12. 41.
என்ப. 8. 22.
என்பவர் = என்னப்பட்டவர். 9.
என்பு = உடம்பு, body....403. 492.
எலும்பு, bone..... ....307. 494.
என்று = எந்நாள், when? what day? 106. 312.
சொல்லி, thus. 143.
என்றும் = எந்நாளும், always. 111. 132.
என் | னல் = என்று சொல்லல், say. 144. 593. 595.
என்னு = என்று (thus) saying. 606.
என்னை = யாது? which? wherefore? 254. 594.
என = என்று "thus." 136.

ஏ

ஏகு | தல் = செல்லுதல், move, pass over. 3.
ஏங் | கல் = கவலைப்படல், lament. 564.
ஒலித்தல், sound, murmur. 587.
ஏதம் = கேடு, loss.... 379. [331.
ஏதிலார் = அயலார், neighbours. 42.
பகைவர், enemies. 293. 383. 519.
ஏமம் = இன்பம், pleasure........290.
ஏமாந்தல் = மகிழ்ச்சி யடைதல், be happy....... ....156.
ஏமாப்பு = உறுதி, stability. ....527.
ஏர் = உழவு, plough.... ......569.
அழகு, beauty...... ......580.

ஏல் | ல், } ஏலுதல், } இணங்கல், பொருந்தல், suit, be fit. 38. 155. 280. 333. 535. [229.
ஏல் = ஆனால், if. 20. 47. 139. 228.
ஏ | வல் = கட்டளை, instigation, command........... .... 227.
ஏ | வுதல் = தூண்டுதல், incite. 40.
ஏழை = அறிவிலான், ignorant. 37. 259.
ஏறு = காளை, bullock....... ....586.
சிங்கம், lion.... ......551. 601.
ஏறு | தல் = உயர்தல், rise......175.
ஏற் | குதல் = ஏற்றுக் கொள்ளுதல், receive.... ....155.
ஏற்றம் = உயர்வு, exaltation.....568.
= மாடு, bullock. 568.
ஏற் | றல் = இரத்தல், beg....255. 475.
ஏற்றுப் | பனை = ஆண்பனை, a male palmyra tree... ....252.
ஏனை = மற்ற, ஒழிந்த, other. 8. 36. 63. 74. 304.
எவ்வளவு? என்ன? how?....143.
ஏனும் = ஆனாலும், although. 57. 64.

ஐ

ஐம் = ஐந்து, five.............593.
ஐம் | பொறி = பஞ்சேந்திரம், the five senses...... ....59. 593.
ஐயம் = பிச்சை, alms.... ....256.
சந்தேகம், doubt.... ......345.
ஐயன் = கடவுள், God.... ....609.
ஐயர் = தனவான்கள், wealthy people. 421.

ஒ

ஒ | க்கல் = சமானமாதல், be like. 76. 78. 273. 520. 600.
பொருந்தல், be fit. 471. [541.
ஒடு | க்கம் = வணக்கம், submission.
ஒடு | ங்குதல் = அடங்குதல், submit. 596.
ஒட் | டல் = பொருந்தல், adhere to, agree with..... ....61. 320. 538.
விட்டுநீங்காதிருத்தல், stick....48.
ஒண் | மை = தருமம், virtue..... 209.
ஒண் (ஒள்) = ஒள்ளிய, bright. 28. 322. 592.
ஒத்தது = தகுதியானது, what is becoming.................263.
ஒப்புரவு = தருமம், virtue........ 158.

கடி=காவல், விவாகம், marriage. 80.
கடிஞை = பாத்திரம், vessel, porringer..................255. [254.
கடிதல்=துரத்தல், drive away. 166.
கடிது=சீக்கிரம், quickly......110.
கடு = நஞ்சு, poison............473.
கொடுமை, evil, cruelty. 397. 559.
விரைவு, swiftness...... ....70.
கடும்=கடுமையான, cruel. 53. 293. 322. [322.
கடுக்கல்=கொடுமையாதல், be harsh.
கடை=கீழ்மை, baseness. 26. 63. 72.
முடிவு, last. ....90. 193.
கடைசி, the end............471.
இடம், place......371. 383. 416.
பொழுது, when. 553.
இழிந்த, despicable.......24. 146.
கடைசியர்=பள்ளத்தியர், the women of the paller caste..... ....589.
கடைத்தும்=பொழுதும், when even. 78. 104.
கடைப்பிடித்தல்=உறுதியாகக் கொள்ளல், persevere, grasp firmly. 145. 169.
கடைபோதல் = முற்றுப் பெறுதல், prosper....... ....207.
கட்டு = கற்பு, chastity.... ....80.
ஒழுங்கு, good rule.... ....171.
கட்டுதல்=அடக்குதல், keep in. 127.
கட்டுரை=உறுதிமொழி, good advice. 517. [323.
S. கணம் = கூட்டம், multitude. 161.
க்ஷணகாலம், an instant......489.
கண் = இடம், place, time. [வி. 63:] 34. 208. 234. 254. 294. 432. 497. 552.
முன், in presence of....323. 328.
நேத்திரம், eye. 8. 9. 43. 71. 208. 504. 505. 506. 600.
இரக்கம், mercy........328. 566.
கணை=பாணம், arrow..........600.
கண் கூடு = கண்ணுக்குமுன், before one's eyes.... ....43.
கண்டிருந்த, காணுதல் எனக்காண்க, that saw. 15.
கண்டல் = முள்ளிச் செடி, தாழை, thorn bush.................422.
கண்ணுறல்=தாக்ஷணியம், kindness.
கண்ணோட்டம்=அருள், kindliness. 503—508.
கண்ணோடுதல் = தயவாக நோக்குதல், look graciously. 507. 508.
கண்ணறையன் = இரக்கமில்லாதவன், a merciless person....177.
கண்ணி = மாலை, garland......142.
கண்ணீர் = tears. ....600.
கண்படுதல் = உறங்குதல், close the eyes.....................576.
கண்பனித்தல்=அழுதல், weep. 602.
கண்பாடு = தூக்கம், அசதி, drowsiness.... .... 165.
கதம்=கோபம், anger....276. [275.
கதலி = வாழைமரம், plantain tree.
கதவு, door. 226.
கதிர் = கிரணம், ray........70. 197.
நெற்கதிர், ear of corn........589.
பிரகாசம், splendour.. ......603.
சூரியன், sun...... ....611.
கதுவல் = அதிகரித்தல், be mastered by........................304.
S. கந்தம்=வாசனை, odour. 533.
S. கந்து=தறி, post..............210.
கமலம்=தாமரை, lotus. 154. 603.
கமழ் | தல் = பரிமளித்தல், exhale fragrance.... ....57. 420. 580.
கமுகு = பாக்குமரம், the areca tree. 63.
கயம்=தடாகம், tank.......16. 62.
கீழ்மை, a base man. ......112.
கயல்=கயல்மீன், a fish....254. 306.
கயவர்=மூடர், கீழானவர், the base. 113. 273. 280. 390. 421. 479. 480.
கரத்தல் = ஒளித்தல், conceal (one's ability), hide. 144. 251. 437. 462.
கரம்பு=கரும்பு, sugar cane. 585.
கரவு=வஞ்சனை, deceit....443. 462.
கரி=சாட்சி, witness. 140. 227. 500.
கரிய. 605.
கருத்து = நினைவு, பொருள், thought, intention, meaning. .... 58. 230.
மனமகிழ்ச்சி, exultation. 190.
அறிவு, knowledge...... ....579.
கரும்=கருமையான, black. 21. 109.
கருமை=கறுப்பு, blackness. 138. 605.

கரும்பு = sugar cane.........27. 58.
கருமம் = காரியம், deed. 78. 100. 535. 547. [370. 508.
தொழில், work, business. 260.
S. கருணை = அருள், கிருபை, grace. 476.
கருணாகரம் [கருணை + ஆகரம் = கேணி], mine of grace. 576.
கருதல் = எண்ணல், நினைத்தல், think. 125. 151. 171. 211. 237. 361.
நோக்கல், aim at......368. 540.
கருவி = மனம், mind.... ....460.
சாதனம் = instrument......539.
கருந்தனம் = பெரியதிரவியம், abundant wealth.... ....21.
கருனை = பொரிக்கறி, fried meat. 421.
கரை = அளவு, limit...... ......25.
கடற்கரை, shore.......70. 581.
அணை, dam....... ....127.
கரைதல் = அழைத்தல், invite. 437.
கலகலத்தல் = சத்தித்தல், make a rustling noise...........29. 194.
கலவைச்சேறு = கூட்டுச் சந்தனம், fragrant paste. ....591.
கலத்தல் = சினேகித்தல், form a friendship with.... .... 72. 294.
பொருந்தல், be mingled with. 294. 357.
கலம், கலன் = கலசம், vessel....81.
கப்பல், மரக்கலம், vessel, boat. 56.
மண் பாத்திரம், earthen vessel. 108.
ஆபரணம், jewels....196. [547.
கலை = கிரணம், a digit of the moon.
சாஸ்திரம், science..........581.
கலுழல் = அழுதல், weep....... 250.
கல்வி = படிப்பு, learning. 7—24. 25. 39.
கல்விக்கழகம் = புலவர்சபை, learned assembly.......... ....22.
கல் = ஒலிக்குறிப்பு, imitative word. 161.
கருங்கல், stone. 52. 107. 108. 189.
கற்றல். 2.
கல்லாதான், கல்லாதவர், கல்லாதார், the unlearned. 9. 15. 28. 31. 32. 34. 35. 39. 42. [learn. 12.
கல்லாத = படியாத, which does not
கல்லாமை = படியாமை, ignorance. 480.
கவடு = கிளை, 595. forked branch.
கவயமா = காட்டா, wild cow. 464.
கவலை = விசாரம், துன்பம், anxious care..........................5.
கவர்தல் = வசஞ் செய்தல், steal away. 274.
தின்றல், devour............562.
கொள்ளல், seize upon.. ....473.
கவற்றல் = கவலைப்படுதல், to annoy. 306. 307.
கவான் = தொடை, thigh, leg. 423.
கவிதல் = மூடல், cover........168.
S. கவி = பாட்டு, verse.......... .....584.
கவுள் = கன்னம், cheek........600.
கவை = பணர், a forked branch. 14.
கழகம் = இடம், சபை. 22. சூதாடுமிடம், an assembly, a (gambling) house..... .... 447.
கழல் = வீரகண்டாமணி, a hero's footring....... ....600.
கழிதல் = நீங்குதல், pass away. 167. 292. 593.
மிகுதல், abound...... ....258.
இறத்தல், pass by, die........309.
கழித்தல் = நீக்கல், discharge. 603.
கழி = உப்பங்கழி, a salt creek. 126.
மிகுதி, abundance. 39. 333. 567.
கழுநீர் = அரிசி கழுவிய நீர், rice-water.......................64.
செங்கழுநீர்ப் புட்பம், a kind of lotus.......... .... :....585.
கழுவுதல் = அலம்பல், wash. 356. 384.
களம் = பலிக்களம், a place of sacrifice................. ......142.
களர் (நிலம்) = உவர்நிலம், barren salt soil.... ... .24. 32.
சேற்றுநிலம், marshy land. 544.
களவு = சோரம், theft. 304. 438—443.
களி = கட்குடியன், that drinks the கள். 240. 585.
மகிழ்ச்சி, gladness....576. 582.
களித்தல் = கருவித்தல், exult. 189.
கள்ளுண்டல், drink toddy. 454. 455.
சந்தோஷித்தல், rejoice. 574. 590.

களிப்பு=சந்தோஷம், gladness.
களிறு = யானை, elephant. 210. 227. 544.
களைதல்=நீக்கல், pour away.....81.
விலக்குதல், remove......87. 139.
தறித்தல், cut off............71.
எடுத்தல், take out.... .....306.
கள்=தேன், honey, sweet juice. 229.
மது, toddy. 450—455.
கள்ளம்=வஞ்சம், treachery. 145.
அறியாமை, ignorance, 438. 442.
கள்ளல்=வஞ்சித்தல், deceive. 438. 440.
கள்வர்=திருடர், robbers. 98.
கறங்கல் = சத்தித்தல், sound. 159.
கறுத்தல்=சீறுதல், be angry....277.
கறுப்பு = கோபம், anger......225.
கறுவு=கோபம், passion.........38.
கறை = களங்கம், stain.......125.
கற்பு=படிப்பு, [கல்.] learning. 16.
கற்றல் = படித்தல், learn. 2. 7. 11. 15. 21. 22. 24—36. 41. 42. 58. 335. 359. 546.
கற்றார், கற்றோர்=படித்தவர்கள், the learned........9. 16. 17. 190. 358.
கனம்=பெருமை, value.......189.
பொன், gold. ....481.
கனவு=சொப்பனம், a dream. 101.
கனி=பழம், ripe fruit.... ....144.
கனிதல் = மகிழ்தல், be glad. 164. 275. 559.
இரங்குதல், be melted.......575.
பழுத்தல், grow ripe........595.
கனிவு=மகிழ்ச்சி, இனிமை. 579. 581.
கனைத்தல் = சத்தித்தல், resound. make a noise..... ......27. 592.
கன்று=இளமை, the young....249.
கன்றுதல் = மிகுதல், be excessive. 442.

கா

கா=சோலை, the grove....582. 585.
காக்கை=காகம், a crow. 16. 166.
காஞ்சிரங்காய் = எட்டிக்காய், nux vomica........ ....64.
காடு=(மரங்கள்அடர்ந்த)காடு, a jungle. 14. 39. 229.
(சுடு)காடு, a burning ground. 161.
காட்டல்=அறிவித்தல், make known. 581. 611. [148.
தோன்றச்செய்தல், put forth. 51.
காட்சி=அறிவு, knowledge. 181. 267. 344. 389. 578. 583. 593.
காணல் = உண்டாதல், வருதல், become............. ....296. 341.
விளங்கல், appear..... ....107.
பார்த்தல், see. 26. 45. 46. 173. 224. 225. 465. 515.
அறிதல், know...... ......226.
ஆராய்தல், examine.... ....26.
காணி = $\frac{1}{80}$. 195.
காதலன்=நாயகன், husband. 547.
காதல் = விருப்பம், affection. 230. 293. 442. 547. 550. 612.
காதலன் = சிநேகிக்கிறவன், lover. 293. 407.
காதன்மை=ஆசை, desire. ....380.
காத்தல் = அடக்கல், restrain. 226. 274. 286. 289. 554.
சிறைசெய்தல், guard. 286. 556.
பாதுகாத்தல், preserve. 110. 139. 554.
தடுத்தல், ward off...........489.
காந்தல்=பிரகாசித்தல். [557.
காப்பு = காவல், defence. 83. 127.
அடக்கம், self-restraint. 226.
காமம்=ஆசை, lust. 19. 304—309. 609.
காமுறுதல்= [காமம் + உறுதல்.] இச்சித்தல், desire. ....16.
காயம் = பெருங்காயம், asafœtida. 335. [144.
காய்=பழுக்காத பழம், unripe fruit.
காய்தல் = வாட்டுதல், dry up. 494.
கோபித்தல், be angry. 276. 277. 285. [40.
காய்த்தல்=கனிதருதல், bear fruit.
கார்=இருள், darkness.........441.
கருமையான, black.....64. 601.
காலம்=பருவம். [333.
காலாடல்=வாழ்தல், be prosperous.
காலை=காலம், time. ......94. 599.
உதயம், in the morning, early. 169. 447. 603.
கால் = அற்பம், meanness.....211.
காலம், time.....19. 52. 75. 422.

காற்று, wind. ......51. 575. 579.
உருளை, wheel..... ....135. 543.
பாதம், foot.....50. 384. 420. 544. 592.

காவலன் = நாயகன், husband. 605.

காவாமை = வெளிப்படுத்தல், not concealing..... ....74.

காழ் = வைரம், heart of a tree. 210.

காறு = வரை, limit. 207.

கானகம் = காடு, jungle....295. 601.

கானலம் = உப்பளம், salt-pit. 422.

கானம் = காடு, the jungle. 15.

கான்றல் = கக்கல், cast up. 365. 600.

கி

கிடத்தல் = தங்கல், dwell, lurk in. 545.

கிழவன் = உரியவன், the owner...573.

கிழித்தல் = பிளத்தல், rend......485.

கிளர்தல் = பிரகாசித்தல். 115.

கிளத்தல் = பேசல், speak........ 205.

கிளை, கிளைஞர் = சுற்றத்தார், உறவினர், relatives......... ...... 91. 333.

கிளைத்தல் = வளருதல், increase...279.

கீ

கீழ் = தாழ்மை, இழிவு, meanness. 43. 129. 284.
தாழ்ந்தகுலம், in a low family. 35.
கீழோர், the base.. 325. 396. 490.
உள், under...... ....455.

கு

குங்குமம் = ஓர்வாசனைமரம், a fragrant tree. 591.

குஞ்சி = மயிர், hair of the head.....23.

குடம்பை = முட்டை, the egg shell. 152.

குடிமை = குலம், family....280.471.

குடி = குடிகள், subjects, 515. 521. 524.

குடை = umbrella.... ....157: 197.

குடைதல் = முழுகல், bathe.....591.

S. குணத்தான் = குணங்களையுடையவன், one possessed of attributes. 6.

.S குணன், குணம் = நற்குணம், பயன் படுதல், சுபாவம், இலட்சணம், quality, attribute, excellence. 6. 45. 46. 74.

குணித்தல் = நிச்சயித்தல்.

குண்டலம் = காதணி, an ear-ornament. 591. [71.

குத்துதல் = பொருந்துதல், reach to.
குற்றுதல், prick. 71.

குதித்தல் = கடத்தல், out with, escape from.......... ....137.

கும்பி = சேறு, mire.............305.

குயில் = ஓர்பட்சி, a cuckoo.....605.

குய் = தாளிப்பு, seasoning........64.

குரம்பு = குளம்பு, channel......585.

குரம்பை = வீடு, dwelling.......154.

குருகு = அன்னப்பட்சி, a bird, swan. 25.

குருதி = இரத்தம், blood.........579.

குருத்து = நுனி, tip..... ....58.

குரைத்தல் = குலைத்தல், bark. 359.

குலம் = சாதி, caste, tribe.....54. 56.

குலைதல் = பயப்படல், tremble. 465.
கெடுதல், perish............ 578.

குவளை = செங்கழுநீர், நீலோற்பலம், a kind of lotus.......78. 306. 587.

குழல் = பெண்கள்தலைமயிர், women's hair.
ஓர்வாத்தியம். 511.

குழவி = இளமை, youth........141.

குழாம் = சபை, கூட்டம், congregation.................. 147. 384.

குழிதல் = பள்ளம் ஆதல், become hollow...................52. 309.

குழை = காதணி, an ear-jewel...189.

குழைக்குதல் = ஆட்டுதல், wag.....60.

குழைதல் = வாடல், droop. 401. [142.

குளகு = இலை உணவு, vegetable food.

குளம் = தடாகம், a tank... 48. 127.

குளவளம் = குளப்பரப்பு, edge of a tank........ .... 434.

குளிர் = குளிர்ந்த, cool. 123.

குறவன் = மலையில்வசிக்கும் குறவன். mountaineer...............112.

குறளை = வஞ்சனை, deceit.. ......322.

குறிதல் = கூறுதல், direct, speak. 356.

குறிஎதிர்ப்பு = பிரதி உபகாரத்தை எதிர் பார்த்தல், interested views....269.

குறி = அடையாளம், sign........597.

குறித்தல் = நோக்குதல், indicate, intend. 105.

குறிப்பு = அடையாளம், sign......14.

குறு, குறும், குற்று = சிறிய, small.. 362.

குறுகுதல்=நெருங்குதல்,சேரல்,draw near.................164. 361.
குறை, குறைவு = குறைதல், want, diminution.... ....18. 125.
குறைத்தல்=துண்டித்தல், cut off or down.................115. 123.
குற்றம்=தப்பிதம், fault. 42. 74. 518.
குற்றி=மரக்கட்டை, stump of a tree. 55.
குற்றுதல்=குத்துதல், prick. 79.
குற்றேவல்=ஊழியம், service....227.
குன்று } குன்றம் } =மலை, hill. 54. 59. 172. 333. 355. 489. 598.
குன்றல்=குறைதல், decrease, want. 96. 468. 479. 583. 598.

கூ

கூகை=கோட்டான், owl.......537.
கூடம்=சம்மட்டி, a large hammer. 189.
கூடு=சரீரம், body.............174.
கூடுதல்=சேருதல்,come together.10.
கூட்டுதல்=சேர்க்குதல், collect. 565.
கூத்து=நாடகம், a play..,......147.
கூம்பல்=குவிதல், close up (the petals.)...... ....62.
கூர் = மிகுதி, கூர்தல், be excessive. 155.
கூர்த்தல் = பித்துப்பிடித்தல், கோபித்தல், be enraged............284.
கூவுதல்=கத்தல், exclaim, call out. 29. 605.
கூழ்=சோறு, rice......37. 134. 509.
உணவு, food. 135. 208. 355. 524.
கூறுதல்=சொல்லல்,declare, say. 38. 581. 323. 330. 516. [546. 548.
கூற்றம் = இயமன், death, 53. 164.
கூற்றம், கூற்று = இயமன், 136. 137. 145.

கெ

கெடு|தல்=அழிதல், perish. 56. 94. 138. 140. 168. [60.
கெழு|வுதல் = தழுவுதல், embrace.

கே

கேள் = கேளிர், உறவு, சுற்றம், relations. 139. 162. 219. 423. 466. 549.
கேடு=கெடுதி,நஷ்டம், loss. 89. 232.
அழிவு, destruction....13. 43. 91.
பொல்லாங்கு, evil...........115.
வறுமை, poverty.......... ....394.
கேட்|டல், hear. 45. 46.
கேணி=துரவு, a well. 11.
கேண்|மை = சிநேகம், friendship. 27. 53. 58. 60. 75. 78. 84. 90. 92. 94. 95—105.
கேழ்=நிறம், color......... ....59.166.
கேள்வி=கல்வி, science.201.206.277.
சொல், words...............358.

கை

கை=கரம், hand....21. 71. 509. 549.
முயற்சி, effort..............211.
கைகூடுதல்=பயன்படல், இசைதல், be attained................540.
கை|த்து=பொருள், what is in the hand, wealth.......64. 144. 251.
கைப்பொருள்=திரவியம்,wealth.594.
கைப்பு = கசப்பு, bitterness, 335.
கைமாறு = பிரதி உபகாரம், return. 261.
கையல்லது=ஆகாதசெய்கை, what is not real...................380.
கையுறல்=அடைதல்,result from.42.
கைவருதல்=கைகூடுதல், be attained.........,..............226.
கைவிடல் = விட்டுவிடல், forsake. 61. 94. 295.
செய்யாதொழித்தல், omit......209.

கொ

கொடிறு=கவுள், கன்னம், jaw-bone. 321.
கொடுத்தல்=ஈதல், give.......140.
கொடும்=கொடிய, cruel.......164.
கோடிய, striped. 23.
கொடுமை=பொல்லாங்கு, evil. 164.
கொடை=கொடுத்தல், gift. 279. 472. 476.
கொட்டி = நீரில்படரும்சாதி, water lily........................ 48.
கொட்டல் = அடித்தல், strike. 160. 355.
கொட்பு = மயக்கம், வேறுபடல், vacillation,.....................88.

கொண்டமை=கொண்டிருத்தல், the having obtained. 59.
கொண்டல்=மேகம், cloud.....587.
கொண்டான்=நாயகன், husband.548. 551. 554.
கொண்மூ=மேகம், a cloud.....138.
கொம்பு=கொம்பர், கிளை, branch. 14.
கொலை=murder. 304.
கொல்=அசைச்சொல், an expletive [with என்=what can there be?] 2. 106. 153. 166.
கொல்லல்=கெடுத்தல், kill, destroy. 19. 49. 164. 288. 332. 457. 548.
வருத்துதல், afflict...........515.
கொல்லி=கொலைசெய்கிறவன், murderer. 290.
கொல்லுலை = கொல்லன் நெருப்புலை, a blacksmith's forge.... ....189.
கொல்லை=முற்றம், back-yard, kitchen garden..................55.
கொழுத்தல் = மிகுத்தல், மதத்தல், grow fat...................253.
கொளல் (கொள்ளல்) = மதித்தல், esteem.................24. 191.
கொள்ளுதல், gather.........515.
கொள்கை=எண்ணம, opinion. 519.
கொளுந்துதல் = கொளுத்துதல், kindle.... .... 559.
கொள்ளல்=தரித்தல், put on, assume. 51. 577. 579. 580.
வாங்கல், receive.........68. 268.
இரத்தல், beg.......... ....270. 515.
பொருந்தல், agree with. 196. 372.
விரும்பல், desire. ...... 93. 449.
அங்கிகரித்தல், accept.....37. 372.
கொள்ளப்படுதல் = சிநேகிக்கப்படுதல்,be taken(as a friend.)73. [591.
கொள்ளை = மிகுதி, abundance. 585.
கொற்றம்=வெற்றி, victory.....597.
கொற்றவர்=அரசர், king........597.
கொன்=பயனில்லாமை,in vain. 139. 167. 177. 251.

கோ

கோ=ஆகாயம், the sky........578.
கோங்கு=கோங்கிலவமரம், கோங்கம்பூ, a jungle tree..............69.
கோடல்=கொள்ளல்,receive. 66.145.
தப்புதல், சாய்தல், swerve, bend. 524. 529.
கோடி=ஓரெண்,a hundred thousand. 99. 151. [210.
கோடு=கொம்பு, branch....62. 115.
கொய்சகம், fold of a cloth.....23.
கரை, shore, bank. 363. 434.
கோடுதல்=கோணுதல், swerve. 579.
கோடல்=கொள்ளல், esteem.....597.
கோட்டம் = கோணுதல், a swerving from right. 531.
கோட்டி = சபை, an assembly. 30. 193. 358.
கோட்டுப்பூ = கொம்பிற்பூத்தபூ, the flower which blooms on a branch. 62.
கோது=குற்றம், fault, dregs....519.
கோதை=மாலை, a garland. 292. 308.
கோத்தல் = சேர்த்தல், வரிசைபடுத்தல், put together, arrange 38.240.
கோத்திரம்=குலம்,family, tribe. 238.
கோப்பு = கோக்கப்பட்டது, சேர்க்கப்பட்டது, provisions......145.
கோமகன் = இராசன், king....515.
கோமான் = அரசன், king. ....601.
கோலம்=அழகு.
கோலல்=கட்டல், build...... 164.
கோல்=அம்பு, arrow.....485. 558.
தடி, stick.....91. 110. 141. 166.
முறை, justice.......... ....524.
செங்கோல், sceptre.........579.
கோவாத. 240.
கோள் = [தமக்கேற்ற புலன்களைக்] கொள்கை, apprehension. 6.
கொள்கை, the true opinion concerning......... ....143.
துணிவு, decision..... ......414.
கோழி=fowl. 15.
கோறல் = கொல்லுதல், killing. 65.

கௌ

கௌவுதல்=கடித்தல், bite.....284.

ச

சகடம் = தேர், chariot. 135. 550.
சக்கரச் செல்வம்=இந்திரச்செல்வம், complete prosperity.. ......195.
சங்கம், சங்கு = சிப்பி, conch. 586. 588.

சந்தம்=சந்தனம், sandal wood. 585.
சந்தனம்=சந்தனமரம், sandal wood. 77.
S. சவை = சபை, assembly. 14.

சா

சாகாடு=பண்டி, vehicle. 308. 375.
சாதல்=உயிர்விடல், dying. 65. 90. 160. 327. [251.
சாநாள்=சாகும்நாள், the dying-day.
சாந்து=சந்தனம், sandal paste. 308. 591.
சாம்=சாகும், will die. 12. [478.
சாயல் = மேன்மை, அழகு, beauty.
சாய்தல்=தளர்தல், grow weak. 472.
சாரல்= குளிர்க்காற்று, a cool breeze. 77.
சேரல், draw near..... ....601.
சார்பு, சார்வு=துணை, help... 55. 175.
அடைக்கலம், refuge. 156.
சார்தல் = அடைதல், draw near to. 54. 55.
சாலல் = மிகுத்தல், நிறைதல், be sufficient, abundant. 169. 309. 375. 392. 477. 554.
சாலி = நெல், rice-corn. 585. 591.
சால் = மிக, much, full........29.
சால்பு = தகுதி, fitness. 120. 519.
சாறு = இரசம், juice.....586. 591.
சாற்றல் = சொல்லல், declare. 161. 309. 474. 608.
சான்றோன்=சான்றோர், நிறைந்தோர், சால்புடையோர், பெரியோர், the great. 24. 56. 72. 111 — 113. 166.258. 342. 384. 451. 514. 529.
சான்றாண்மை = பெரியோர்தன்மை, excellence..............56. 478.

சி

சிகை = வன்மையான பதார்த்தம், a course at dinner. ......134. 143.
சிங்கி = ஓர்மருந்து, பாஷாணம், arsenic........559. [508. 527.
சிதைதல்=அழிதல், perish, fail. 292.
சிதைத்தல்=கெடுத்தல், destroy. 56.
சிந்தித்தல் = நினைத்தல், think. 609.
கொஞ்சம், few. 25. [410.
சிமிழ்த்தல்=பிடித்தல்,catch in a trap.
சில=சிலவற்றை, something. 21.
சிறகு=இறகு, feathers, wing. 15.166.
சிறப்பு = மேன்மை, excellence. 17. 28. 75. 128. 231. [75. 112.
சிறத்தல்=சிறப்பாதல், be excellent.
மிகுத்தல், be excessive.....456.
சிறியர்=நீசர், அறிவில்லார், the mean, ignorant..............131. 323.
சிறு = சின்ன, little. 50.
சிறுமை=இழிவு, meanness. 133. 192.
சிறியோர், the mean. 132. 426.
துன்பம், affliction..... ....446.
சிறுகாலே=அதிகாலமே, early in the morning. 548.
சிறுகுதல் = சுருங்குதல், be little, mean or contracted. ....93. 176.
சிறு=சிறிய, little....... ......509.
சிறுவரை=சற்றுநேரம், a little space. 160.
சிறை=காவல், custody. 518. 556.
அணை, dam............ ....68.
சிற்றின்பம் = நிலையில்லாத இன்பம், worldly pleasure.... ......180.
சிற்றுயிர் = அற்ப வுயிர், mean souls. 176.
சிற்றினம்=சிறியவினம், mean association.....................426.
சினம் = கோபம், anger. 55. 273—278. 286—291. 581.
சின்=சிறிய, trifling. 19.

சீ

சீரியார் = நல்லவர், மேலோர், the excellent.... ....75. 469.
சீரிடம் = வாய்க்குமிடம், a fitting place..... ....102.
சீர் = சிறப்பு, value....17. 71. 580.
நன்மை, goodness. 75. 273. 282.
புகழ், reputation......192. 446.

சு

சுடர்=சூரியன், the sun........582.
சுடுதல்=தபிக்குதல், cause remorse or sorrow.... ......70. 94. 338.
சுடச்செய்தல், calcine. 468.
சுட்டு=மதிப்பு, fame..........192.
சுமத்தல்=carry. 160. [468.
சுவை=மதுரம், sweetness. 37. 124.
இரசம், taste. 134.

சுழல்கால்=சூறுவளிக்காற்று, a whirl-wind..................... 51.
சுழலல்=சுற்றுதல், whirl round. 51. 569. 609.
சுற்றம் = உறவு, (a circle of) relatives. 49. 161. 393. 426. 432—437. 597.
சுற்றல்=சூழல், surround. 435.
சுற்றுக்கோள். 253.
சுனைத்தல்=தினவு தின்னுதல், itch. 38.

சூ

சூடுதல்=அணிதல், to put on....362.
சூதர்=சூதாடுவோர், gamblers. 445. 597.
சூது=வஞ்சனை, சூதாடல், gambling. 444—449. policy. 597.
சூர்=குற்றம், fault.............580.
சூழல்,சூழ்தல்=ஆராய்தல், examine. 41. 367. 524.
சுற்றுதல், வளைதல், surround. 74.
ஆலோசித்தல், எண்ணல், think, take counsel, contrive. 114. 115. 167. 403. 426.
நெருங்கல், surround closely.597.
சூன்றிடல் = தோண்டுதல், scoop out. 306.

செ

செங்கோன்மை = செம்மையாக அரசுசெய்தல், right government. [செம் + கோல் + மை].......518.
செகுத்தல்=நீக்கல், destroy......66.
செங்கண் = சிவந்தகண், red eye. 208. [527. 531.
செப்பம் = நடுவுநிலைமை, rectitude.
செம்=நல்ல, good, pure.........68.
சிவப்பு, red.................592.
செயப்பட்டார் = செய்யப்பெற்றுக் கொண்டவர். those who receive. 120.
செயல்=தொழில், deed.........130.
செய்தல், the doing. 83. 367. 417.
செயிர்த்தல் = கோபித்தல், be angry with.............................463.
செய்=வயல், rice field.,........50.
செய்தொழில் = செய்த செய்கை, deeds. [வி. 153.] 128. [429.
செய்வினை =தொழில், action. 368.
செய்தல் = பண்ணுதல், do, make. 136. 212. 463. 566. 609.
சேகரித்தல், collect. 21.
செய்யாள் = இலக்குமி, the goddess of prosperity...............588.
செய்கை=தொழில், action......609.
செருக்கு = மேன்பாடு, prosperity. 218.
செலவு=போதல், advancing.....479.
செலவிடல் = போகவிடல், allow to go. 347. [349.
செலல் = கொள்ளல், comprehend.
செல்வம் = பாக்கியம், ஐசுவரியம், wealth, enjoyment. 13. 134—177. 201. 361—366. 497.
செல்வத்துட் செல்வம் = சிறப்பான செல்வம், real wealth....201. 497.
செல்வர் = பாக்கியவான்கள், the wealthy.............44. 126. 334.
செல்லல் = போதல், go 17. 74. 80. 136. 160. 337. 355.
பலிக்குதல், take effect. 55. 286. 334. 347. 482.
நடத்தல், pass current. 471. 516. 518. 550. 567 571. 610.
சாதல், die. 162. [138.
செல்வுழி=போகுமிடம், their goal.
செல்லாவிடம்=வறுமையிடம், when (they are) poor. 482.
செல்விடம் = செல்வமுள்ள விடம், when (they are) rich.......482.
செழுமை=பச்சை, flourishing state. 325. [517.
செவி=காது, the ear. 42. 355. 510.
கேள்வி, hearing. 201.
செவ்வியான் = பொறாமையில்லாதவன், the unenvious.........394.
செறிவு=அடக்கம், modesty....205.
செறிதல்=நிறைதல், abound.....199.
செறி|த்தல்=கொளுவல்,fasten. 226.
செறு|த்தல்=அடைத்தல், close up. 68.
கோபித்தல், be angry. ......136.
செறு=பகை, anger..............198.
செற்|றல்=வருத்தல், affect......140.
அடக்கல், become useless. .. 149.
செற்|றோர்=பகைவர், enemies....55.

தரு|தல் = கொடுத்தல், give, render, bear fruit. 52. 70. 106. 433. 608.
செய்தல், occasion. .....446. 491.
S. தலம் = உலகம், the world,....565.
இடம்=place. 21. [வி. 63.]
தலை = சிரம், head..............6.
முடி, top.......... ....106.
தலைமை, eminence.......63. 201.
முதன்மை, priority......24. 28.
இடம், place. [தலம்.] 10. 590.
தங்கள்பேரிலே, 212. upon themselves. [340.
சிறப்பு, excellence. 242. 296. 298.
தலைக் கூடல் = ஓரிடத்திற் சேர்தல், come together...............10.
தலைநிற்றல்.................... 208.
தலைப்படுவோர் = முதன்மைப்படுவோர், those who obtain eminence. 28. 169.
தலைமை = முதன்மை, priority. 126.
S. தவசி=சந்நியாசி, an, ascetic. 256.
தவல் = கெடுதல், perish......187.
தவறு=குற்றம், an error.........371.
S. தவம் = தவவேடம், an ascetic disguise................ .....410.
தவசு, penance.....165. 340. 604.
தவழ் | தல் = சஞ்சரித்தல், wander over......... ....478. 602.
தவிர்|தல் = அறுதல், cease.....581.
நீங்கல், விடுதல், leave.....171.
தளிர்|த்தல்=தளிர்விடுதல், bud. 495.
தழல்=அக்கினி, fire 176.
தழீந்தழீஇம் = ஒலிக்குறிப்பு, imitative word................137.
தழுவு|தல்=அணைத்தல்,embrace.521.
பொருந்தல், draw near to. 521. 591.
தழும்|பல் = தடுமாறல், falter...606.
தழை|த்தல் = விசாலித்தல், blossom. 589.
தளம்பல் = அசைதல், fluctuate.
தளர் | தல் = அசைதல், be moved. 106. 125.
தளிர்=துளிர், tender shoot. 51.
தள் | ளல் = உடைத்தல், burst...127.
கூடாமற் போதல், be impossible. 216.
விட்டு விடல், throw away. 216.
தறி........................ 355.
S. தனம்=திரவியம், wealth.....21. 565.
தனி = தனிமை, alone, loneliness. 477. 604.
தனியன்=ஏழை, a lonely, helpless person.....................607.
தனை = அளவு, measure. ......123.
தன்மை = இயல்பு, குணம், quality. 42. 583.
தன்னம். 604. 607.

தா

தாக்கல்=இடித்தல், attack.....110.
பாய்தல், rush upon. ....541.
தாங்கல் = ஏற்றல், ward off....110.
சுமத்தல், bear up............298.
காத்தல், protect............424.
ஏந்தல், carry.... ....587.
தாமரை=ஓர்மலர், lotus. 16. 587. 588.
S. தாரம்=மனைவி, wife..........477.
தார் = மாலை, garland.........588.
தாலாட்டல் = நித்திரை செய்வித்தல், lull.......... ....592.
தாழ்=பூட்டு, bolt. 226. 491.
தாழ் | தல் = பணிதல்.
தாமதித்தல், delay.. ....165. 209.
குறைதல், diminish.........224.
தாழ்|வு=தாழ்ச்சி, அசதி, indolence. 210. [421.
தாளாண்மை=முயற்சி, effort. 218.
தாள்=திறவுகோல், key.........228.
முயற்சி, perseverance. 262. 471.
பாதம், foot.......212. 256. 580.
பூண்டின் தண்டு, stem......361.
S. தானம்=இகை, gift. 340.
தானை=ஆடை, cloth..........23.
தான்=அசைச்சொல், redundant. 43.

தி

திகழ்|ச்சி=விளக்கம், splendour. 52.
திகழ்தல்=விளங்கல்.
திக்கு=கதி, quarter, help....... 610.
திங்கள் = சந்திரன், the moon. 125. 484.
திட்பம்=உறுதி, firmness....... 52.
திண்=வலி, உறுதி, reality, firmness 72. [579.
தியங்கல்=கலங்குதல், be distressed.

திரள்=திரட்சி, multitude. 420.
திரி|தல்=வேறுபடல், change, waver. 59. 245. 427. 520. [592.
சஞ்சரித்தல், wander about. 74.
திருந்தல் = செவ்வையாதல், be restored. 51. [34. 46. 220. 264.
திரு=செல்வம், wealth, prosperity.
அழகு, திவ்வியம், divinity. 574.
திரை=அலை, wave. 70. 114. 363. 422. 587. 603. [574.
திளை|த்தல்=நெருங்கல், draw near.
திறம்,திறன்=வல்லபம்,strength.580.
தர்மம், right..............302.
விதம், manner..............330.
தினை=ஓர் சிறியபயிர், millet. 111.119.
தின்னல்=புசித்தல், eat.....27. 208.
தினவு தின்னல், itch. 38.

தீ

தீ = நெருப்பு, fire. 57. 70. 77. 402.
தீய, evil. 56. 82. 144. 404. 407.
விளக்கு, a lamp..............455.
தீங்கு=பொல்லாங்கு, evil. 105.283.
தீண்டல் = தொடுதல், touch. 510.
தீது=பொல்லாங்கு, evil.46.113.485.
குற்றம், fault............124. 293.
துன்பம், calamity..........331.
பாவம், sin................438.
தீமை = குற்றம், fault. ....72.
தீம் = மதுரம், sweet......420. 584.
தீய = தீயவை, evil deeds. 39. 69. 402. 464. 566.
தீயவை = பாவம்..............312.
தீவினை, evil deeds....402. 406.
தீயார் = பொல்லாதவர், the wicked.
S. தீர்த்தம் = ஆறு, a sacred stream. 54.
தீர்|வார் = நீங்குவார், they will forsake.............................. 48.
தீர்|வு=நீங்கல், removing......125.
தீர்|தல்=பூரணமாதல், be perfect. 209.
நீங்கல், remove. 135.141.389.538.
தீர்|த்தல்=நீக்கல், remove. 125. 611.
நோய்த்தீர்த்தல், cure disease. 49. 108.

து

துகள்=குற்றம், fault..... 135. 580.
துகில்=வஸ்திரம், garments....364.
துச்சில்=ஒதுக்குக்குடியிருப்பு, a temporary shelter.... ....153.
துஞ்சல் = இறத்தல், die. 157. 564.
உறங்கல், sleep............453.
துடை|த்தல்=நீக்கல், remove. 219.
துணர் = பூங்கொத்து, a bunch. 575.
துணி|தல் = தொடங்கல், venture. determine...... ....370.
துணி|வு = தைரியம், boldness. 167.
துணை = அளவு, measure. [until.] 12. 29. 50. 119. 225. 294. 301. 313. 398.
சகாயம், help..... ....26. 518.
இரண்டு, a pair............580.
துணை|வி=மனைவி, a wife......594.
துப்பு = உதவி, help..... ....121.
துமி|த்தல்=அறுத்தல், cut off. 463.
துயர் = துயரம், trouble. 90. 110. 139. 324. 577. 595.
துயிலல் = நித்திரைசெய்தல், slumber. 43. 574. 575. 592. [424.
துய்|த்தல் = அனுபவித்தல், enjoy.
துரி|தல் = தேடுதல், seek for. 455.
துவை = புளிங்கறி, curry.......64.
து|வ்வல்=அநுபவித்தல், enjoy. 259.
துழனி = ஓசை, sound........586.
துளக்கம்=அசைவு, movement. 322.
துளி|த்தல் = சொரிதல், sprinkle.
துள்ளல் = குதித்தல். [575.
துடித்தல், leap up.........278.
துற|த்தல் = கைவிடல், forsake. 71. 121. 141. 411.
துறக்கம்=தேவலோகம், heaven. 228.
துறுமுடி=நெருங்கியகுடம், a narrow vessel..... 596
துறை = படித்துறை, the steps of a tank.................. ......588.
துன்பம்=வருத்தம்,difficulty. 19.219.
துன்|னல் = நெருங்கல், approach. 71. 139. 417. 599.
சிநேகித்தல், love....... 71. 295.
செய்தல், do...... .... 407.
துன்|றல்=நிறைதல், நெருங்கல், be full.......... ....124.
துன் = பெறுதல், obtain, reach. 140. 583.

தூ

தூ = பரிசுத்தம், purity....... 607.

தூக்கல் = ஆராய்தல், estimate. 17. 98. 118. 373.

தூங்கல் = தங்கல், remain.....240.

தூண் = தறி, கம்பம், pillar. 219.

தூண்டில் = a hook. ....444.

தூய்மை = பரிசுத்தம், purity. 184. 322. 341. 429.

தூய்தாக=ஒருபொருளும் இன்றியே, entirely.... ....44.

தூர = 294.

தூர்=அடிமரம், the base of the tree. 27. [40. 429.

தூவுதல்=தெளித்தல், scatter abroad.

தூறு = புதர், jungle..... .... 545.

தூற்றுதல் = பழித்தல், abuse. 157. 294. [192.

பரவச்செய்தல், spread abroad.

தெ

தெங்கு = தென்னமரம், cocoa-nut. 63. 106.

தெய்வம் = கடவுள், God......566.

தெரி | தல் = தெரிதருதல், அறிதல், ஆராய்தல், know, investigate, select. 25. 82. 317. 330. 486. 518. 520. 593.

தெருமத்தல் = மயங்குதல், be confused................. ... 484.

தெண்ணீர்=தெள்ளியநீர், clear water. 306.

தெருள் = தெருட்சி, clearness of mind......... ....574.

தெளிகுறுதல் = நம்புதல், trust. 596.

தெளி | வு=விவேகம், understanding. 65.

தெளி | ந்தார்=மெய்யுணர்ந்தார், those who understand........... 345.

தெளி | தல்=பரிசுத்தமாதல், be clear. 582.

தெள் = தெண், தெளிவு, clearness. 25. 483. 587.

தெள்ளிதின்=தெளிவாக, clearly.25.

தெற்றல் = அலைதல், wander, err. 239. 483. 550.

தென்=south.

தென்கால்=தென்காற்று, south wind. 575. [51.

தென்றல்=தென்காற்று, south wind.

தே

தேட்டம் = அதிகரிப்பு, acquisition. 565.

தேமா = தித்திப்புமாமரம், the sweet mango tree.............51. 355.

தேம்=மதுரம்,இனிமை,தேன், honey. 81. 420. [525.

தேய் | த்தல்=குறைத்தல், wear away.

தேய் | தல்=கெடுதல், be worn away. 395. 561.

அழிதல், perish........... 593.

தேய்வர் = மாய்வர், they will pine away.... .... 484.

தேர் | வு=அறிவு, knowledge.....357.

தேரு | தல்=அறிதல், know. 317. 337.

தேறு | தல்=தெளிதல், be clear. 581.

தேரை=தவளை, frog...........211.

தேற்றல்=தெளிதல், be sure, certain. 294. [596.

தேற்றம் = நிச்சயம், certainty. 357.

தேன் = மது, honey, the sweet juice of flowers. 140. 585. 590.

தை

தை | த்தல் = பாய்தல், rush or stick in. 358. 567.

தொ

தொகு | தல்=கூட்டல், assemble.198.

தொகை=கூட்டம், collection.....589.

தொடர்பு = சம்பந்தம், connection. 333. 493.

சிநேகம், friendship. 27. 50. 58. 61. 63. 68. 101. 466. [21.

தொடங்கல்=துவக்குதல், begin. 19.

தொடி=வளையல், bracelet. 249. 332.

தொடு | த்தல் = இணைத்தல், join on, connect, lengthen out.......536.

தொடை=பூமாலை,garland of flowers. 590.

தொட்டல்=தொடங்கல், begin. 135.

தோண்டுதல், dig.........11. 260.

தொண்டன் = அடிமை, slave....612.

தொண் டொண்டொடு = ஒலிக்குறிப்பு, a word imitative of the sound of a drum..................161.

தொல், தொல்லை = பழமை, ancient. 26. 28. 47.

நல்லாள் = நல்லவள், the good (nymph.)....................452.

நல்வினை=தருமம், virtue......144.

நளி=குளிர்ச்சி, coolness.......238.

நளினம் = தாமரை, lotus.......592.

நண்|ணாதவர்=சிநேகியாதவர், the unfriendly.............. ....257.

சேரார், those who do not associate with........ ....362.

நற|வம்=தேன், honey........584.

நறும்=மணம், fragrance......142.

நற், நல், நன், good. 16.

நற்புடை = நல்லிடம், a good standing............. ....59.

நனி = மிக, very exceedingly. 31. 67. 177. 275. 421.

நன்கு=நன்மை, goodness. 114. 360.

செல்வம், prosperity........458.

மிக, very much.....50. 73. 115.

நன்றி = உபகாரம், நன்மை, benefit. 106.—122. 512.

அறம், virtue.... ....319.

உதவி, assistance......117. 332.

நன்று = நன்மை, it is good, a good thing. 40. 45. 65. 111. 112. 122. 528.

நன்றல்லது=தீமை, injury....122.

நன்பொருள் = உத்தமப் பொருள், desirable possessions........178.

நா

நா, நாக்கு, tongue. 38. 124. 149. 578. 582. 606. [462.

S. நாகம்=நல்லபாம்பு, serpent.....82.

S. நாகரீகம்=civilization..........463.

நாகு=இளமை, youth....334. 575.

நாடன்=சீல்மயை ஆளுவோன், lord of the soil. 39. 69. 75. 77. 79. 81. 111. 140.

நாடாமை=விருப்பமின்மை, want of desire..................... 381.

நாடு = சீமை, country. 523.

நாடு|தல் = தேடுதல், ஆராய்தல், examine. 74. 89. 115. 523. 561.

விரும்புதல், desire. 607. [143.

நாட்டம் = ஆராய்ச்சி, examination.

நாணம்=வெட்கம், shame. 226.

நாணல் = அஞ்சுதல், be afraid of. 179.

கூசுதல், be ashamed of. 304.

நாணாமை=நாணமில்லாமை, shamelessness. 381.

நாண்=வெட்கம், shame. 41. 452.

S. நாதன் = நாயகன், lord. 575. 607.

நாய்=dog. 50. 60.

நாரின்மை=அன்பில்லாமை, want of affection. 381.

நாரை=கொக்கு, heron. 260.

நாவினர் = நாவையுடையவர், those who possess a tongue. 194.

நாவாய் = வாய், mouth..........240.

(S.) கப்பல், ship. 70. 240. 543.

நாழி=ஒருபடி, a measure.....114.

நாள்=ஒருதினம், a day.....523. 603.

வாழ்நாள், life time....,25. 137.

காலம், time......148. 356. 536.

நாளும்=நாடோறும், day by day. 28.

நாளை=நாளைக்கு, tomorrow. 137.

நாறு|தல்=பரிமளித்தல், yield perfume. 357.

நிலைபெறுதல், take root.....595.

நாற்றம் = நற்கந்தம், fragrance. 20.

துற்கந்தம், stink........... 567.

நானம்=வாசனை, perfume.......575.

நி

நிகர்=ஒப்பு, comparison.......278.

S. நிச்சம்=நித்தியம், eternity.....457.

S. நிடதம் = ஓர்தேயம், the naishada country.................... 601.

S. நிதியம்=செல்வம், treasure. 515.

நிமிர்தல்=உயர்தல், be exalted. 580.

நிரப்பு=வறுமை, poverty......457.

நிரம்புதல்=நிறைதல், be complete. 30. [102.

நிரத்தல் = சேர்தல், draw near to.

S. நிரயம்=நரகம், hell........76. 297.

நிரை=வரிசை, chain, series. 332.

நிலம்=தரை, soil. (நில்) 24. 56. 573.

பூமி, earth.......................3.

இடம், place.....................24.

உலகம், the world..... 488. 503.

நிலவுதல்=நிலைத்தல், be permanent. 158.

நிலா=சந்திரிகை, moonlight. 484.
நிலை=நிலைமை, state. 81. 409. 471.
வாசல்நிலை, door-post. 226.
உறுதி, stability. 146.
நில்=நிற்றல். ....245.
நிழற்றல் = நிழலைத்தருதல், afford a shade. 583.
நிழல்=சாயை, shade. 123.
நிறம்=அழகு, beauty........28. 69.
நிருன், see, நிறுவுதல். 139.
நிறு | வுதல்=நிறுத்தல், put on, adorn. 139.
நிறை=உறுதி, கற்புடைமை, firmness. goodness, chastity. 226. 488. 556.
நிறை | தல் = நிரம்புதல், be full, abound....................84. 593.
நிற் | றல் = நிலைபெறுதல், abide, endure, stand, wait. 135. 136. 146. 160. 443. 566.
நடத்தல், conduct one's self. 7. 40. 41.
நினை | தல், நினை | த்தல் = எண்ணல், ponder. 25. 173. 564.
ஆராய்தல், investigate (the cause of.)......................394.
நினை | ப்பு=எண்ணம், thought. 115.

நீ

நீ | க்கல் = விட்டு நீக்கல், விலக்கல், remove....... 125. 134. 315. 577.
விடுதல், leave.......27. 61. 163.
S. நீசர்=கீழ்மக்கள், low people. 282.
நீடு = நெடுங்காலம், நீடூழி, long, for ever. 3.
பெரிய, vast. 115. [3.
நீ | டல்=நீளுதல், be lengthened out.
நீட் | டல்=கொடுத்தல், offer up. 80.
நீளமாக்கல், lengthen out. 91.
வளர்த்தல், grow. [act.] 413.
நீட் | டோலை = நீட்டின ஓலை, the leaf extended (to them.) 14.
நீட் | டம்=வளர்ச்சி, நெடுமை, length. 215.
S. நீதி = நியாயம், justice.........579.
நீர் = சலம், water. 25. 48. 67. 78. 106. 107. 154. 580. 582. 585.
குணம், quality. 78. 84. 216. 305. 437.
இயல்பு, nature. 114. 234. 269.
நீர்த்து = நற்குணத்தையுடையது, what is good. 264.
நீர்மை = குணம், தன்மை, quality, nature.......175. 306. 476. 549.
நீள், நீட் = விஸ்தாரமான, நெடிய, long, extensive. 71. 77. 226.
நீளுதல்=வளர்தல், grow. 78. 359.
நீழல் = நிழல், shade. ....572.
நீறு = சாம்பல், ashes. ....280.

நு

நுகர்வு = இன்பம், pleasure. 76.
நுங்கு= 306.
நுட்பம்=நுண்மை, refinement. 39.
நுணங்குதல் = நுட்பமாதல், be refined. 204.
நுணல்=தவளை, frog. 324. [349.
நுண் = நுட்பமான, refined. 33. 76.
நுதல் = நெற்றி, brow. 199.
நுனி = முனை, tip. 27. 376.
நுழைதல்=பிரவேசித்தல்,
நுரை = foam, scum. 67.

நூ

நூல் = சாஸ்திரம், works of science. 26. 29. 30. 36. 76. 579.
நூறு = hundred. 113.

நெ

நெகிழ் | ச்சி = அசைவு, fluctuation, disturbance.........52.
நெகிழ் | தல் = மலர்தல், expand. 603.
அசைதல்.
நெக்குவிடல் = உடைதல், snap asunder.......................558.
நெஞ்சம் = மனம், mind, heart, conscience. 23. 52. 61. 70. 86. 107. 529. 530. 564.
நெஞ்சு = மனம், mind. 338. 357. 411. 594. 602.
நெடு | மை = (நெடு, நெடும், நெட்டு, நீடு,) பெருமை, excess. 19. 541.
நீட்டம், length.......282. 558.
மிகுதி, multitude.... ...... 80.
ஆழம், deep........ ......542.
நெட்டுயிர்ப்பு = பெருமூச்சு, breathing. 517.
நெய்=பசுவின்நெய், butter, oil....81.

நெய்தல்=அல்லி, a water plant. 48.
நெய்வு. [150.
நெருநல் = முன்னைநாள், yesterday.
நெல் = ஓர்தானியம், rice-grain. 24. 47. 56. 67. 589. [336. 474. 579.
நெறி=வழி, மார்க்கம். 53. 167. 309.
நெற்று=பயற்றுநெற்று, pod......79.

நே

நேர்=எதிர், opposite...........519.
சமம், equal. 98.107. 424.516.520.
தகுதி, becoming ....110.
நேர்தல்=எதிர்தல், be opposed to 41.
கூடுதல், be one with.....102. 278.
நேரலர்=பகைவர், enemies.....601.

நொ

நொய்யது = அற்பம், what is small. 166.

நோ

நோ=வருத்தம், trouble, pain. 155. 302.
நோக்கல்=பார்த்தல், look at, regard. 166. 190. 587. 606.
ஆராய்தல், examine....252. 358.
நோக்கு=கருத்து, intention.....131.
நோ|தல் = வெறுத்தல், blame....42.
வருந்தல், suffer pain.........302
நோய் = வியாதி, sickness. 65. 154. 173. 579.
துன்பம், trouble.......404. 416.
நோலல், நோற்றல் = தவஞ்செய்தல், perform austerities. 165. 192.356.
நோன்=வலிமை, strength.......212.
நோன்பு=தவம், austerities......52.

ப

பகடு=ஏர், bullock..............135.
பகல்=பகற்பொழுது, the day time. 537.
பகவு = பிளவு, a piece.........467.
S. பகவன் = கடவுள், [god, the supreme.]
பகர்|தல்=சொல்லல், say.....194.
பகர்ச்சி=வார்த்தை, words, talk. 52.
பகை=விரோதம், hatred........65.
பகைவர்=சத்துராதிகள், enemies. 99.
பக்கம்=பக்ஷம், side..........296.
தன்மை, nature.............356.
ஓரிடம், place..............610.
பக்கத்தார் = அருகிலிருந்தார், associates..........61.
பசு=பசுமை, greenness........558.
பசுமை=பச்சை, greenness 589. 592.
பச்சோலை. 194.
பசி=தீவனம், hunger...........612.
பசி|த்தல்=பசிஎடுத்தல், be hungry. 208.
படு | தல் = அடிக்கப்படுதல், be struck. 137.
அநுபவித்தல், experience. 34.
உண்டாகல், become...179. 478.
தருதல், afford....81. 179. 482.
பொருந்தல், be, belong to. 26. 41. 43. 158. 193. 253. 265. 308. 408 567. 600.
படு|த்தல்=படச்செய்தல், உண்டாக்கல், cause to suffer. 212. 227. 431. 560.
படை = வாள், a saw.....525. 548.
ஆயுதம், instrument....596. 599.
கலப்பை, ploughshare. 55. 589.
சேனை, host...............198.
பட்டடை=அடைகல், pincers. 102.
பட்டு=பட்டாடை, silk vestments. 364.
பட்டாங்கு = உண்மைநூல், exact science...... ....474.
பணி=தொழில், work.. ....568.
பணி|தல்=அடங்குதல், வணங்குதல், submit.......132. 246.
பணித்தல்=சொல்லல், declare. 577.
S. பணிலம்=சங்கு, conch, pearl oyster. 585. 589. [504.
பண்=இசை, இராகம், melody. 470.
S. பண்டம்=பொருள், the reality, material..........308. 375.
பண்டு = பழமை, antiquity, of old. 535. [96. 447.
பண்பு=நற்குணம், good quality 27.
தன்மை, nature.....309. 371. 580.
பண்ணை=வயல், rice-field......592.
பதடி=பதர், chaff. .... 386.
பதறுதல்=பதஷ்டம்.
பதினாயிரம்=ஓர்இலக்கம், ten thousand. ....611.
பத்தர் = தொட்டி, a trough. 355.

பந்தம் = சிநேகம், நெஞ்சிற்பிணிப்பு, real sympathy.......77.
பயம், பயன் = பிரயோசனம், பழம், benefit. 2. 75. 118. 265. 279. 297. 313. 337. 385—390. 424. 566.
பயத்தல்=தருதல்,கொடுத்தல், yield. 18. 19. 28. 32. 112. 206. 207. 296. 313. 336. 344. 367. 402. 577.
பயில்தல்=பழகல், use.....52. 602.
பரம்=பரமவஸ்து. ....470.
பரத்தல் = விசாலித்தல், spread abroad........ ...... 282. 567.
வளர்தல், exalt one's self......251.
பரம்பு = கரை, banks.......585. 589.
பரபரப்பு = ஆத்திரம், rashness. 563.
பரப்பு=விசாலம், expanse. 585. 592.
பரன் = கடவுள், the Supreme....230.
பரிதல்=விசனப்படல், mourn. 156.
வருந்தல், labour........21. 317.
இரக்கங் கொள்ளல், sympathize. [297.
பரிவு=விசனம்.
பரிமா=குதிரை, horse..... ....482.
பரீஇ=பருவி, bite arge..... ....66.
பரு=பெரிய, large. 473. [399.
பருவரல்=பெருமையாதல், increase.
பருகல்=உண்ணல், to eat, enjoy. 584.
குடித்தல், to drink.......82. 96.
பருவம்=வயது, age.... ......143.
சமயம், season, opportunity. 267.
பருமம்=கல்லணை, saddle.....482.
பருவுதல்=கடித்தல், bite.......66.
பலன்=பயன்=பலம், benefit.
பல, many, 52. 61. 135. 208. 385. 424.
பழமை = பழக்கம், custom, familiarity. ....432.
பழகல்=நெடுநாளாய்வருதல், be customary ....447.
பழி=இழிவு, disgrace..... 222. 226.
குற்றம், fault......... ......72.
பழித்தல்=நிந்தித்தல், abuse......567.
குற்றஞ் செய்தல், condemn...413.
பழிபடுதல் = பழிபொருந்தல், incur reproach....... ....179.
பழுது=குற்றம், fault. ....568. 596.
பழுமரம்=பழுத்தமரம், fruit bearing tree. 424.
பள்ளி=சயனம், bed. ....384.
பறவை=புள், winged things, fowl. 22. 48.
பறித்தல்=பிடுங்கல், pluck. ....79.
பறை=தப்பு, drum. 159. 160. 161. 390.
பற்றல்=பிடித்தல், கொள்ளல், seize. 211. 358. 596.
பற்று=ஆசை, அன்பு....... ....432.
பனி=குளிர்ச்சி, coolness......470.
பனை=ஓர்மரம், palmyra tree. 111. 119.

பா

பா=பாடல், verse, poetry. 575. 580.
பாகன்=மாவுத்தன், elephant keeper. 60.
பாங்கு=நன்மை, goodness....108.
பாங்கர் = பக்கம், the side..... 585.
பாடு=பெருமை, greatness. 35. 191.
பிரயாசம், effort............174.
பாணி=கை, hand............142.
பாதம் = அடி, foot. (metrical.) 584.
பாதிரிப்பூ=ஓர்மலர்............ 28.
பாத்தல் = பகுத்தல், distribute (in charity.) .... 251. 257.
பாம்பு=சர்ப்பம், snake.........66.
பாயிரம் =காப்பு, preface. ......198.
பாய்தல்=நுழைதல், enter in. ...558.
செல்லுதல், rush, flow......36[illegible].
ஓடுதல், flow from..........579.
பொருந்தல், belong to. .... 580.
பாராட்டல் = பலதரஞ் சொல்லல், make a parade of..........386.
கொண்டாடல், exercise. ....432.
பாரித்தல்=பரப்பல், scatter abroad. 484. [558.
பாரை=இருப்புப்பாரை, a crowbar.
பார்=பூமி, earth..............305.
பால் = பசுவின்பால், milk. 25. 37.
வல்லமைப்பகுதி, strength. 143.
பகுப்பு, கூறு, which belongs to. [வி. 93.] 134. 254. 404. 407.
பாலைநிலம், barren soil... ....495.
இடம், towards. [வி. 63.] 347.
முலைப்பால்.
பக்கம்.
S. பாவிதல்=நினைத்தல், imagine...15.
பாவை=பதுமை, a puppet, doll. 33.

பாழ்=கெடுதி, ruin, destruction. 399.
வீண், in vain.................563.
பாழ்ங் = பாழும், பாழ், empty. [வி. 121.]
பாளை=குருத்து, the spathe.....590.
பாறை=கற்பாறை, rock.......558.

பி

பிடி=பெண்யானை, female elephant. 605.
பிணப்பறை = சாபறை, the death drum.......................159.
பிணம்=சவம், a corpse.... 16. 161.
பிணி=வியாதி, disease. 25. 49. 167. 548.
பிணை=பெண்மான், doe........600.
பிதற்றல்=வீணுகச் சொல்லல், speak foolishly............ ......307.
ஊறல்.
பிதுக்கல் = பிதுங்கச் செய்தல், squeeze out........ ....145.
பிரிவு, separation...............66.
பிரிதல் = விட்டுநீங்குதல், separate. 10. 397.
பிரிப்பு=வேறுபாடு, separation. 322.
பிரிவு=பிரித்தல், separation.
பிழிதல் = சிந்தல், drip..... ....587.
பிழை=தப்பிதம், fault.........113.
பிழைத்தல்=தப்பல், escape.. ..137.
இலக்கு தப்புதல், miss......291.
பிறழ்தல், confound..........203.
பிழைப்பு=பிழைக்க, தப்ப, so as to miss...... ....485.
பிளவு=பிளத்தல், fracture....273.
பிள்ளை=குஞ்சு, young one......592.
பிற=மற்றைய, other..........234.
பிறங்குதல் = பிரகாசித்தல், be resplendant....... ....486.
பிறத்தல்=உண்டாதல், become. 24. 78. 287. 595.
தோன்றல், appear,be born,49.580.
பிறப்பு=உற்பத்தி, சாதி, birth, caste. 59. 128. 473.
பிறன்=மற்றவன், another, neighbour. 41. 109. 302. 330. [154.
பிறிதல்=பிரிதல், be separated from.
பிறிது=வேறு, other. 42. 54. 337. 416.

பிறை=வளருஞ்சந்திரன், the waxing moon..... ....84. 199.
பின் = பின்பு, after, afterwards. 19. 66. 595.
பின்செல்லல் = போனவிடத்திற்குப் போதல், follow after......405.
பின்றை = பின்பு, behind, the day after. .... 159. 312.
பின்றல் = பின்படல், come behind, fall short of..... ....583.

பீ

பீடு = பெருமை, greatness, dignity. 251. 361. 555. [375.
பீலி=மயிலிறகு, peacock's feathers.
பீள்=கருப்பம், the embryo..... 145.
கரு, the ripe ear of corn....365.
பீழை=துன்பம், sorrow.... ....19.

பு

புகல் = புகுதல், பிரவேசித்தல், the entering...... ....356. 498.
புகலல்=சொல்லல், பேசல், speak, say...... ...... .325. 470. 519.
புகழ்=கீர்த்தி, fame. 457. 555. 578. 579. 594.
புகழப்படுங் காரியங்கள், praiseworthy deeds. ....139.
புகழ்தல், துதித்தல், praise. 65. 582.
புகுதல்=பிரவேசித்தல், enter. 193. 359. 447. 566.
புக்கில்=சொந்தவீடு, என்றும் இருக்கும்வீடு,an abiding habitation.153.
உடல், body... ....166.
புசிதல்=பாய்தல், gush forth.....47.
புடை=இடம், place, station.....59.
புணர்தல் = நட்புக்கொள்ளல், form friendship with. .... 76.
பொருந்தல், join with.......364.
புணை=மரக்கலம், raft.... ......290.
புண்=வடு, wound, sore.... .....9.
புண்படுத்தல்=புண்செய்தல்,wound. 212.
புதல்=செடி, bush, brake......416.
புதல்வர்=புத்திரர், sons.........566.
புதவு=வாயில், door...........256.
புதைத்தல்=புதைத்துவைத்தல்,bury. 174.

புத்தோடு=புதியஓடு, new tile.
புயல்=மேகம், cloud..........109.
புரத்தல்=இரட்சித்தல், save....579.
புரிதல்=விரும்புதல், desire......555.
செய்தல், do...... 170. 441. 578.
புரை=குற்றம், fault ....141.
புலத்தல் = கோபித்தல், sulk with. 573.
புலம்=ஐம்புலம், sense. 33.181. 191. 226.
புலம்பல்=அழுதல், lament. 601.606.
புலவர்=கற்றோர், கவிஞர், the learned poets...... ....10. 37. 93.
புலால் = கெடுநாற்றம், மீன்புலால், stench................254. 567.
புலி=வேங்கை, tiger.........108.
புலியேறு=ஆண்புலி, male tiger. 208.
புலை=இழிவு, foolish trifling.... 311.
புல்=அற்பம், mean. 81. 108. 138. 146. 306.
புல்லு, grass....22. 47. 55. 334.
புல்லல்=தழுவல், embrace....604.
பொருத்தல், fit, suit........ 193.
புல்லிதழ் = புறவிதழ், canker (in flowers.) ....67.
புல்லுருவு=புல்லினாற் செய்யப்பட்ட வடிவம், a scare crow.........22.
புல்வாய்=கலைமான், deer......482.
புழு=கிருமி, worm............154.
புள் = பறவை, fowl. 59 152. 163. 410. 605.
புறம்=பக்கம், side.......462. 518.
உடம்பு, body... ...... 341. 397.
புறம்பு, outside. 170. 366. 464. 471. 567. [307.
புறங்காடு=சுடுகாடு, burning ground.
புறங்காத்தல்=தன்பால்அடக்கல், restrain.......... ....192.
புறங்கூறல்=இகழ்ந்துபேசல், speak slightingly of..........326. 327.
புறங்கொடுத்தல் = முதுகுகாட்டல், turn the back upon.........452.
புறஞ்சொலல்=புறங்கூறல், defame. 329.
புறந்தருதல் = இரட்சித்தல், protect. 115. [236.
புறத்த=புறம்பானவை, other things.
புனம்=வனம், jungle....55. 57. 208.
புனல்=சலம், a stream. 59. 68. 360. 542. 582.
புனைதல்=செய்தல், make.......33.
அலங்கரித்தல், adorn....200. 337.
புன், புன்மை=சிறுமை, அற்பம், meanness. [புல்.] 154. 170 181. 193. 207. 358. 491. 560. 567. 609.
புன்னை = ஓர்வாசனைமரம், the cinnamon tree................254.

பூ

பூ, பூம், பூங், பூஞ், பூந்=புஷ்பம், அழகு, flower, flowery. 67. 124. 606.
பூமி, earth...... ....578.
பொலிவு, beauty.... ....59.
பூசல் = பிசல், tempest...... 491.
பூசுதல், anoint............517.
பூணுதல் = அணிதல், put on. 200.
பூண் = ஆபரணம்.
பூண்டல் = சேர்தல், unite....550.
பூண்டார்=கொண்டவர், those who have undertaken.......... 486.
பூத்தல் = மலர்தல், blossom....40.
பூமி = நிலம், earth...... ....607.
பூரித்தல் = பெருத்தல், swell. 52.
பூரியார் = இழிந்தவர், the base. 497.

பெ

பெடை = பெட்டை, hen, female. 82. 308.
பெட்டை = பெண்பட்சி. [63.
பெண்ணை=பனைமரம், palmyra tree.
பெண்டிர்=பெண்கள், women. 422.
பெய்தல் = வார்த்தல், pour. 47. 81. 109.
இடல், mingle.... ....335.
பெரிது = மிகுதி, greatly. 361. 421.
பெருகுதல் = வளருதல், grow. 561.
அதிகரித்தல், increase. 77. 96. 164.464. [529.
பெருக்கம் = செல்வம், prosperity.
பெருக்கல் = அதிகரித்தல், cause to increase............ ......597.
பெருக்கு=வெள்ளம், smelling. 475.
பெரு = மிகு, great. 138. 192. 436. 452.
பெருத்தல் = மிகுத்தல.
பெருமான்=அரசன், king.... 603.

பொன்றல் = அழிதல், சாதல், perish, die, pass away. 172. 178. 301.

போ

போகுதல்=கடத்தல், pass over. 26.
போகவிடல் = கைவிடல், let slip. 379.
போக்கல் = செலுத்தல், to allow to wander upon..............226.
போக்கு = போகுதல், going.....147.
போதல், வருதல்.
போது=சோலை, grove.....293. 589.
போர்த்தல் = மூடுதல், cover. 313.
போலுதல் = ஒத்திருத்தல், be like. 38. 39. 96.
போல்வார்=ஒத்தவர், who resemble. 49. 364. [80. 144. 334. 424.
போழ்து=காலம், [பொழுது,] time.
போற்றல் = பாது காத்தல், guard, guard against............53. 377.
எண்ணல், think. 309. 416. 460.
துதித்தல், praise........337. 583.
போன்று = போல. .... 39.

ம

மகரயாழ்=மகரவீணை, a kind of lute. 587.
மகளிர் = பெண்கள், women. 103.
மகன் = மனிதன், man. ....26. 386.
S. மகிதலம் = பூமி, the earth......565.
மகிழ் = மகிழம்பூ, a kind of flower tree.... ....533.
மகிழ்தல் = மகிழ்ச்சியடைதல், rejoice..................141. 578.
மகிழ்ச்சி=சந்தோஷம், joy. 142. 456.
மக்கள் = மனிதர், men 36. 40. 43.
பிள்ளைகள், children........ 511.
மஞ்சள் = saffron.............. 23.
மடம் = இளமை, youth....... 605.
அறியாமை, ignorance, simplicity, 17. 166. 549.
மடமை=பேதமை, folly.......400.
மடல்=பூவிதழ், the leaf of a flower. 533. [400.
மடவார்=அறிவிலார், foolish people.
படிப்பில்லாத பெண்கள், unlearned women................52.
மடி=பசுவின்மடி, cow's udder. 515.
மடிதல் = மடங்குதல், curl up. 70.
இறத்தல். [43. 590.
மடுத்தல் = சேரல், draw near to.
மடுவு = பள்ளம், hollow....... 175.
மடை = நீர்மடை, sluice.......585.
மடைத்தலை = வயல் மடைவாய், the opening of a sluice...... 237.
மணம் (மணத்தல்,) = கலியாணம், marriage..... ....604.
வாசம், odour. ....161.
மணப்பறை = கலியாணப்பறை, the marriage drum............159.
மணல் = sand................ 11.
மணி = இரத்தினம், jewel. 115. 200. 473. 481. 582. 589.
மண்ணல். 533. [576. 577.
மண் = உலகு, the world. 470. 574.
மணல், earth. .... 33.
மண்டல்=கூடுதல், நெருங்கல், come together, increase. 43. 250. 308. 424.
S. மண்டிலம் =சூரியன், sun......158.
S. மதி = சந்திரன். moon. 84. 470. 547.
புத்தி, sense........... ....465.
மதித்தல் = நிச்சயித்தல், ascertain. 612.
எண்ணல், esteem.... ...... 73.
கனஞ்செய்தல், honour. 126.276.
மதியம் = சந்திரன், moon.......157.
மதுகரம் = வண்டு, beetle......591.
மதுகை=வெற்றி, victory...... 279.
வல்லமை, strength... ......212.
மதுரம் = இனிமை, sweetness. 58.
மந்தி = குரங்கு, an ape.........79.
மம்மர்=மயக்கம். bewilderment. 18.
மயக்கம் = தடுமாற்றம், bewilderment. ....609.
மயங்குதல் = தியக்கமுறல், mingle. 586. [587. 605.
மயில் = ஓர் பறவை, a peafowl. 15.
மரம் = tree. 14. 40. 223. 480.
மரணம் = சாக்காடு, death... ..595.
மரபு = ஒழுக்கம், usage.
குலம், race............... 581.
மரன் = மரம்................ 163.
மருங்கு = வழி, a trace. ......138.
சுற்றம், connection..........436.

மருதம் = நீரகம் பொருந்திய நிலம், cultivated land........ 586. 587.
மருந்து = அவுடதம், medicine. 18. 49. 207. 266.
அமுதம், ambrosia..... 576. 579.
மருவுதல் = தழுவுதல், embrace. 95. 312. 550. [66.
பழகுதல், become accustomed.
மருள், (மருளுதல்) = மருட்சி, மயக்கம், bewilderment. 344. 389. 574. 576.
மலர்=பூ, a full blown flower. 3. 20.
மலர்தல்=விரிதல், expand. 62. 589.
மலிதல்=நிறைதல், be full. 154. 255. 293.
மலை = பர்வதம், hill. 49. 112. 140.
மல்குதல் = மிகுதல், abound. 363.
மல்லல் = வளப்பம்..... ......500.
மழலை=இளமை, lisping. 592. [413.
மழித்தல் = சவரம்பண்ணல், shave,
மழலைச் சொல் = குதலை வார்த்தை, lisping accent....... ......511.
மழை = rain. 47. [586.
மள்ளர்=பள்ளர்,a caste of culivators.
மறத்தல்=விடுதல், forget. 121. 122. 192. 232.
மறி = ஆடு, sheep.... ....142.
மறு, மறுவு = களங்கம், stain. 57. 198. 484.
மறு = வேறு, another......... 134.
மறு|த்தல் = தடுத்தல், hinder. 249.
மறு|த்தும்=மீண்டும், again...... 68.
மறு|மை = மறுபிறப்பு, the world to come. ....252.
மறை = இரகசியம், a secret. [மறு.] 74. 390.
வேதம். 488.
மறை|தல்=ஒளித்தல், hide. 199.567.
மறை|த்தல்=நிழல் இடுதல், shelter. 123.
மறை|வு = நிழல், shadow......574.
மற்றை யோன் = மற்றவன், இகைத் தன்மையில்லாதவன், one without liberality.. ....177.
மற்று = இனிமேல், hereafter, by and bye......... ....144.
வேறு, other............... 21.
அசைச்சொல், redundant. 22. 43.

மற்றின்பம்=நிலையுடையின்பம், heavenly bliss. ... .180.
S. மனம் = உள்ளம், the mind. 5. 57. 225. 234. 428. 429. 430.
மனை, மனையாள் = மனையவள், மனைவி, wife........... 80. 547. 550.
வீடு, a house......... 551. 552.
மன் = அசைநிலை,...... 461. 463.
மன்னல் = நிறைதல், be full. 200.
நிலைபெறுதல், be stable. 141. 142. 331. 419. 430. 526.
மன்றம் = சபை, an assembly. 159.
நெருங்கல், draw near. ....310.
மன்னன் = அரசன், வேந்தன், king. 17. 242. 521. 523. 526. 603. 604.
மன்னோ=நிலையாக, [அசைச்சொல்.] truly, indeed.... ....101.

மா

மா = பசு. [585. 595.
பெருமை, great. 49. 166. 500. 515.
குதிரை.
மிருகங்கள், beasts.... ......22.
மாமரம்.
மாக்கள்=மனிதர், men.........240.
மாசற்றோர் = குற்றமற்றோர், the spotless. 95. 414.
மாசறுதல் = பரிசுத்தமாகுதல், be pure.......... .... 389.
மாசு = குற்றம், spot, fault. 17. 95. 121. 225. 234. 344. [43.
மாசுணம் = பெரும்பாம்பு, a snake.
மாடு,மாட்டு=பொருள்,substance.13.
இடம்=இடத்து, place. [வி. 63.] 111. 135. 256.
மாட்சி = மாட்சிமை, பெருமை, சிறப்பு, excellence. 54. 398. 549. 552.
மாட்டுதல் = புகுத்துதல், entangle, cause to enter....... ....38. 42.
மாண்=பெருமை, greatness. 3. 33.
மாணுதல் = பெருமையாதல், become great......... 3. 33. 245.
மாண்டல்=நன்றாதல், become great. 117. 183. [75.
மாட்சிமைப்படல், be excellent.
மாண்பு=பெருமை, excellence. 515. 551. 553.

மாண்டார் = பெரியோர், the excellent...... ......159. 312. 412.
மாணார் = பகைவர், enemies. 104.
மாணு=துன்பந்தருபவைகள், things which yield trouble. ......418.
மாதர் = அழகு, beauty. ....549.
பெண்கள், women..........607.
பிரியம், delight............293.
மாத்திரை = அளவு, measure, appearance...............32. 238.
மாதோ = அசைச்சொல், redundant........... 587—589—591.
மாந்தர் = மக்கள், men. 11. 123. 163. 215. 412. qu. 546. 597.
முனிவர், sages............488.
மாந்தல் = குடித்தல், drink. 584.
மாய்தல் = சாதல், die. 173. 176.
மாரி = மேகம், cloud. ......261.
மழை, rain..... ....75.
மாலை = பூமாலை, garland. ....590.
அந்திநேரம், evening. 169. 603.
மால் = விட்டுணு, vishnu..... 592.
மாறிடுதல் = மாறுதல், change. 175.
மாறு = வேற்றுமை, a change. 281.
மாறுதல்=வேறுபடல், change. 547.
நீங்குதல், pass away. 175. 476.
மாற்றம் = சொல், word. ....545.
மாற்றல்=நீக்குதல், change, remove. 5. [116.
இடாகக் கொடுத்தல், exchange.
மாற்ருன்=பகைவன், an enemy. 281. 373.
மாற்றுதல் = நீக்குதல், change, remove.......... ....271.
மானம் = அபிமானம், honour. 315.
குற்றம், fault. [அவமானம்.] 212.
மானிடர் = மனிதர், men......174.
மான்=ஓர் மிருகம், deer....... 605.
குதிரை, horse............ 600.

மி

மிகுதி = குற்றம், fault. ....85.
செருக்கு, pride...... ......303.
மிகுதல் = அதிகப்படல், prevail, increase. 195. 211. 360. 578.
மிகுத்தல் = அதிகப்படுத்தல், cause to increase.................375.
மிக்கவை=தீயவை, evil things. 303.
மிசை=மேல், above, upon. 3. 157. 158.
மிசைதல் = உண்ணுதல், feed upon. 357. [168.
மிடைதல்=நெருங்கல், mingle with.
மிதித்தல் = இனம்செய்தல், tread upon, dishonour............276.
மின் = பிரகாசம், light.........606.
நட்சத்திரம்.
மின்னு = மின்னல், lightning. 138.
மின்னல் = ஒளிசெய்தல், emit light. 200.

மீ

மீ = மேலிடம், above..........473.
மீட்டல்=திருப்பல், repeat..... 284.
மீன் = மச்சம், fish, stars. (மின்.) 333. 444. 589.

மு

முகடு=உச்சம், summit........ 603.
முகத்தல் = கொண்டாடல்.
விரும்புதல், desire...........16.
மொண்டுதல், draw up from. 109.
முகம்=வதனம், face. 9. 86. 51. 212. 544.
முகமன்=உபசாரம், civility....124.
முகந்திரித்தல்= முகம்வேறுபடுத்தல், look averse....... ....401.
முகிழ்=மொட்டு, அரும்பு, bud. 362.
முகை=அரும்பு, bud. ....307.
முக்காலை=மூன்றுமுறை, thrice. 160.
முடித்தல்=நிறைவேற்றல், complete. 517.
முடுகுதல்=விரைதல், hasten.......80.
முடை=தீய நாற்றம், stink. 308. 567.
முட்டுதல் = துன்பப்படுத்தல், oppress..... .... 522.
முட்டு = துன்பம், want.........80.
வறுமை, poverty.... .... 171.
முதல், முதல, முதற்று, first, chief. 1.
கையிலிருக்கிற பணம், principal. 368.
முதலை=மகரமீன், crocodile....542.
முது=பெரிய, பழைய, elder, 165. 172.
முதுகாடு = சுடுகாடு, the burning ground. ....16.

முதுக்குறைவு = பேரறிவு, wisdom from experience............519.
முதுவர்=பெரியோர், the elders. 205.
முத்தம் = முத்து, pearl. 70. 307. 481. 585. 589.
S. முத்தர் = முத்தி அடைந்தவர், those who have obtained release from the bonds of passion.........421.
முந்திரி = சிறு இலக்கம், $\frac{1}{320}$, a fraction.......................195.
முந்து = முன்பு, before....... 205.
முரண்=சண்டை, conflict...... 482.
முயங்கல் = கலத்தல், associate intimately......................66.
முயலல் = முயற்சிசெய்தல், strive. 207. 536.
முயற்சி=எத்தனம், ஆள்வினை, effort. 209. 217. 220.
முயற்றின்மை = முயற்சியில்லாமை, want of effort............ 220.
முலை=ஸ்தனபாரம், bosom.......52.
முல்லை=முல்லைமலர், the jasmin. 307.
முழங்கல்=சத்தித்தல், resound. 481.
முழவு = ஓர்வாத்தியம், பேரிகை, a drum.....................587.
முழுகல்=குளித்தல், go under, bathe. 324.
முறி = தளிர், tender shoot....142.
முறுவல் = பற்கள், teeth.......307.
முறை = வரிசை, order, time. 90. 256.
முறைமை, செங்கோல், right, justice............. 520. 522. 523.
முறையிடல் = அழுதல், complain, weep.....................518.
முற் = முன், before..... ...... 19.
முற்றல் = முதிர்தல், grow ripe. 144.
முற்று=முழுது, fully. 42. 176. 189.
முற்றுதல், finish, elaborate. 19.
வளர்தல், growth, maturity. 79.
முற்படல் = முன்வருதல், come before.......................79.
முனிதல் = கோபித்தல், வெறுத்தல், be angry, dislike..... 251. 385.
முனிவு = கோபம், anger......275.
முனிவன்=முனி, venerable person. 581.
முன்னர் = முன்பு, in front. (place.)
முன், before. (time.) 164. [142.

மூ

மூகை = மூங்கை, ஊமை, a dumb person. .... 582 584.
மூடுதல் = போர்த்தல், cover over, shut. 567. 574.
மூட்டல் = மூள்வித்தல், heap up (fuel,) kindle. ....70.
மூது = முதுமையான, experienced. 275.
மூப்பு=முதுமை, old age......167.
மூர்க்கர் = நீசர், the base..... 16.
மூழை = அகப்பை, ladle. ....37.

மெ

மெத்தனவு = சாந்தச்சொல், mildness.........................558.
மெய் = உடல், body. 60. 110. 510. 559. 579. [594.
உண்மை, truth. 226. 335. 593.
மெலிவு=நைவு...... .... 594. 602.
மெல்ல = மெல்லென, quietly. 25.
மெல்லியார் = ஏழைகள், soft, weak. 55. 190.
மெல்லியது=மிருதுவானது. [591.
மென்மை=மிருது, soft, tender. 589.

மே

மேடு = திட்டு, hillock.........175.
மே|தகவு = மேன்பாடு, greatness. 598. [592.
மேதி = எருமை, buffalo. 585. 588.
மேதினி = பூமி, the earth.....474.
மேல் = உயர்வு, of a high family. 35. 129.
இடம், place. [வி. 63.] ....55.
மீது, upon.............107. 149.
மேவாதார்=விரும்பாதார், those who do not love................. 64.
மேற் செல்லல் = விரைதல், hasten. 149.
மேற்|பிறந்தார் = உயர்ந்த குலத்திலே பிறந்தவர், the high-born, ...35.
மேன்மக்கள்=மேலோர், men of high character.... ....468.

வழுக்கல் = தவறுதல், slip away or aside. ....292. 392.
வழுக்கு = தவறு, error. 477. [364.
வழுதுணை = கத்தரிக்காய், brinjal.
வழுவுதல் = தப்புதல், slip.....574.
வளம்=செல்வம்,wealth,income.551.
வளர்தல் = பெருகுதல், grow. 106.
வளர்த்தல் = வளரச்செய்தல், bring up. 592. [500.
வளி = காற்று, wind. 56. 144. 240.
வளை = வளையம், bracelet. ....557.
வள் = வண்மை.
கூர்மை, sharpness. ....212.
வள்ளன்மை, [வள்ளல் + மை.] = இகைத்தன்மை, liberality......177.
வறத்தல்=பெய்யாவிடல், grow dry. 75. [134. 269.
வறிஞர்=வறியார், தரித்திரர், the poor.
வறுமை = தரித்திரம், poverty. 34. 252. 446.
வற்றல், வற்றுதல் = உலர்தல், grow dry.........................194. 495.
வன்=வல், கடுமையான, cruel 308.
வன்கண் = கொடுமை, [evil eye.] cruelty. .... 411.
வன்சொல் = கொடுஞ்சொல், hard word. 557. [425.
வன்மை=வலிமை, power, force. 20.

வா

வாங்குதல்=கொள்ளல், obtain. 584.
வாசித்தல்=படித்தல், read. .... 14.
வாடல்=உலர்தல், be dried up. 236.
வாட்டுதல் = அடக்குதல், restrain. 593. [532.
வாணிகம் = வியாபாரம், trade. 114.
வாதித்தல் = ஒறுக்கல், restrain, compel......... ....280.
வாய் = இடம், place. [வி. 63.] 41. 43. 88. 297. 579. 586. 590. 603.
வாக்கு, mouth. 22. 37. 53. 138. 348.
வாய்க்கால் = நீரோடுங் கால்வாய், water-course. .... 47. 50.
வாய்திறத்தல்=வாய்விடல், open. 138.
வாய்ப்படுதல் = சொல்லுதல், utter. 41.
வாய்மடுத்தல்=உட் கொள்ளல், absorb...................... 176.
வாய்மை = மெய்மை, truth. 184. 338—343.
வார் = நெடுமை, mighty.......600.
வார்த்தல்=ஊற்றுதல், pour out. 175.
வாலிது = பரிசுத்தமுடையதன்மை, purity...................356.
வால் = வெண்மை, whiteness......75.
பரிசுத்தம், purity.............2.
வால், tail..... .... 60.
வாவல்=வெளவால், bat........ 361.
வாவுதல் = தாவுதல், bound....605.
வாழ்க்கை = இல்லறவியல்பு, வாழுதல், domestic enjoyment....378. 399. 495. 550. 551. 552.
வாழ்தல்=செழித்தல், flourish. 3. 8. 68. 151. 311.
வாழ்நாள் = ஆயுள்நாள், life time. 136. 158. 165. 311. 314.
வாழ்வித்தல்=வாழச்செய்தல், cause to flourish.................610.
வாளாமை=பேசாமை, silently. 163.
வாள் = கத்தி, knife.......... ....199.
ஆயுதப் பொது, a cutting instrument............... ....148.
வானகம் = விண்ணுலகம். [345.
வானம் = வீட்டுலகம், heaven. 333.
மேகம்..................... 365.
வான் = பெருமை, greatness. 550.
ஆகாயம், வானம், the sky. 116. 140. 168. 283. 313. 408. 574. 582.
வெள்ளி, silver.............70.
வான்கோழி=காட்டுக்கோழி, the jungle fowl.....................15.
வான்மீகி=ஒரு ரிஷி, the poet Vâlmîki...................... 584.

வி

விக்குள் = விக்கல், hiccough. 149.
விசும்பு = ஆகாயம், sky........484.
விசை = வேகம், swiftness. 70. 485.
விஞ்சை = மாய்கை, bewilderment. 602.
விடகாரி = விஷவயித்தியன், a physician, one who expels poison. 108.
விடல் = மறத்தல், forget......415.
விடுதல் = நீங்குதல், leave, depart from. 70. 71. 94. 601. [479.
விடுத்தல் = அனுப்பிவிடல், dismiss.

விண் = ஆகாயம், the sky. 71. 76.
விதித்தல்=நியமித்தல்,command.192.
விதிர்த்தல் = நடுக்கல், அசைத்தல், shiver, shake..............321.
வித்து = விதை, seed.......40. 313.
காரணம், cause. ...... 319. 595.
வியத்தல்=மெய்ச்சுதல், praise,boast. 132. 206. 374. [557.
வியன் = பெருமை, greatness. 110.
வியாதி = பிணி, disease......... 49.
விரல்=கால்விரல், finger. 50. 79. 170.
விரவுதல்=கலத்தல்.
விராய்=விறகு, firewood........176.
விரி=விரியன்பாம்பு, viper.
விரிதல்=மலர்தல், expand.......78.
விரித்தல்=விஸ்தரித்தல், spread out. 15. [401.
விருந்து=விருந்தினர். 397. 399. 400.
விருப்பு, விரு|ப்பம்=பிரியம், desire. 433. [325.
விரு|ம்பல்=இச்சித்தல், desire. 66.
விரை=வாசனை, perfume........591.
விரை|தல்=வேகமாகப்போதல், hasten. 110. 374. [40.
விரை|த்தல்=விதைத்தல், sow seed.
விரை|வு=சீக்கிரம்.
விலக்குதல்=நீக்குதல், forbid....191.
விலங்கு = மிருகம், beast. 36. 295.
வில் = தனுசு, bow.............273.
விழித்தல் = திறக்கல், open the eyes.
விழி=கண், eye................199.
விழு = விழுமம், பெருமை, excellence. 13. 64. 365. 442.
துன்பம், affliction.
விழுங்குதல்=swallow. 444. [568.
விழுதல் = அழிந்துபோதல், perish.
விழுப்பம்=பெருமை, greatness.316.
விழுப்பு = சிறப்பு.
விழுமியோர் = அறிவு சிறந்தவர்கள், the excellent......125. 195. 278.
விழைதல் = விரும்பல், desire. 219.
விழைவு = பிரியம், பயன். delight, value......................76.
விளக்கம் = விளக்கு, தீபம், lamp. 322. 342. 588.
விளக்குதல் = விளங்கச் செய்தல், make illustrious.............18.
விளங்கல்=பிரகாசித்தல், shine. 593.
விளம் = விளாமரம், a tree.....361.
விளம்பல் = சொல்லல், say....274.
விளிதல்=சாதல், இறத்தல், die. 212.
ஓய்தல், cease................65.
கலைதல், disperse...........147.
விளித்தல் = அழைத்தல், call. 575.
விளிகுறல்=இறந்து போதல், perish. 596.
விளிவு = கேடு, death..........165.
விளைதல்=உண்டாதல்,grow,produce. 24. 112. 183.
விளைத்தல் = விளையச்செய்தல், cultivate......................50.
விளைவு=வளர்ச்சி, growth. 275. 442.
விள்ளல் = வெளிப்படுத்தல், make known................127. 295.
பிளத்தல், open.............535.
விறல் = வெற்றி, victory.......606.
விற்றல் = விற்குதல், sell.......268.
வினை=தொழில், action. 53. 84. 101. 162. 206. 297. 539.
தீவினை, sin............499. 595.

வீ

வீடு = மோக்ஷம், heaven. 230. 580.
விடுதல், leaving.............80.
வீதல் = தொலைதல், remove. 442.
வீய்தல் = விடுதல், நீங்கல், forsake. 405. 406.
வீரம், வைரம், bravery......110.
வீழ்தல்= விழுதல், fall. 171. 297. 305. 590.
கழிதல் = pass away, 158. 398.
வீழ்த்தல் = விடுதல், plant, set firmly......... ....595.
வீறுதல் = வெற்றிபெறுதல், triumph. 175. [587.
வீற்றல் = தங்கல், sit in state. 578.
வீற்றிருக்கை=தங்குதல்,permanence. 88.

வெ

வெகுளல்=கோபித்தல்,be angry.278.
வெகுளி=கோபம், anger. 235. 282. 287. 436. 456. 489. 609.
[The synonymes are சினம், கதம், செயிர், வெகுளி, முனிவு, கோபம். The last though very common is never found in the older poets.]

வெஃகல்=விரும்பல், covet, desire inordinately...... 178. 183. 471.
[The synonymes are வெஃகல், அவா, ஆசை, வேண்டுதல், விருப்பம்.]
வெங்களம்=கொலைக்களம், a slaughter-house.................. 142.
வெங்காரம் = ஓர்மருந்து, a caustic salt...................... 559.
வெட்டனவு = வெடித்தசொல், hasty speech.....................558.
வெண்மை=வெள்ளை, whiteness. 468.
அறிவில்லாமை, ignorance. 365.
வெண் = வெள், வெண்மையான, white....................64. 591.
வெப்பம்=உட்டணம், heat.....282.
வெம்=வெம்மை.
கொடுமை, severity.....125. 142.
வெய்து = வெப்பமானது, heat. 559. 609.
வெய்யோன்=சூரியன், sun..... 603.
வெல்லல்=செயித்தல். 181. 303. 558.
வெளிது=வெண்மை, white ....579.
வெள்ளம்=பிரவாகம், flood. 164 221.
நீர், water of the tank. 215. 274. 515.
வெறி=மணம், perfume.........57.
பேய், demon................ 142.
[வெறு.] 182.
வெறுக்கை = திரவியம், wealth. 224.
வெறுத்தல்= நீக்கல், avoid.......53.
அரோசித்தல், detest.........68.
வெறுமை=பயனின்மை, emptiness. 41. 182.
வெற்பன்=மலைநாட்டான், lord of the hills. ... . 71. 115. 478.
வெற்பு=மலை, பருவதம், hill....602.
வென்றல்=வெல்லல், conquer. 444.
வென்றி=செயம், victory......598.

வே

வே | குதல்=எரிதல், burn ...... 57.
வேங்கை=ஓர்மரம், a tree.......57.
புலி, tiger..................108.
வேடு=வேடன், a hunter. ..... 516.
வேட்கை=ஆசை, desire. ......595.
வேட்டல்=இச்சித்தல், desire......62.
வேட்டுவன் = குறவன், hunter. 410.
வேண்டல், வேண்டுதல் = விரும்பல், desire. 4. 60. 66. 67. 68. 106. 180. 183. 417. 440. 444.
வேண்டாமை=வெறுப்பு, aversion. 4.
வேதனை=துன்பம், affiction.....595.
வேதிகை=திண்ணை, a raised place in an open yard............... 253.
வேந்தன், வேந்து=அரசன், king. 198. 200. 516. 537. 606.
வேம், வேம்பு=ஓர்மரம், margosa. 81.
வேர்=மூலம், root.............595.
வேர்த்தல்=புழுங்கல், perspire. 278.
வேலி=நிலம், ground......586. 591.
வேலை=சமுத்திரம், sea. 560. 586. 603.
வேல்=வேலாயுதம், spear. 60. 142. 306. 579. 603.
வேழம்=யானை, elephant....... 558.
வேளாண்மை = உபகாரம், benefit. 218. 262. 397. [101.
வேறு = வித்தியாசம், difference. 78.
மற்றைய = other........... 109.
வேற்றுமை=வேறுபடுதல், difference 128. 294.
வேன்மகன் = பூசாரி, a sacrificing priest....... ....142.

வை

வை = வைக் கோல், straw......77.
வைகல் = தரித்தல், stay. .... 314.
வைகல் = ஓர்நாள், a day......314.
வைகலும்=நாடோறும்,daily.314.399.
வைதல்=நிந்தித்தல், abuse. 65. 112.
வைத்தல்=கொள்ளல், place, gather. 137. 140. 314.
எண்ணல், esteem. 24. 134. 300.
வைப்பு = உலகம், earth......591.
வைப்புளி=ஓரிடம், place. ....272.
வையகம் = மண்ணுலகம், the earth. 116. 168. 476. 522. [345. 364.
வையம்=பூமி, the world. 74. 80. 332.

முடிந்தது முற்றும்.

WORKS BY THE SAME AUTHOR.

A TAMIL TRANSLATION OF MORRIS' HISTORY OF ENGLAND. *School Book Society*, Madras.

*A TAMIL TRANSLATION OF MORRIS' HISTORY OF INDIA.

*A TAMIL TRANSLATION OF CAPTAIN BEST'S LAND-SURVEYING.

*A TAMIL TRANSLATION OF CLIFT'S GEOGRAPHY.

*A TAMIL TRANSLATION OF CHAMBER'S GEOGRAPHICAL PRIMER.

[* These works were translated by Mr. John Arivânandam; and were revised and edited by the Rev. G. U. Pope.

The above for sale at *Messrs Gantz Brothers, Government Book Agents, 21 Rundall's Road,* Madras.

A THIRD OR COMPLETE GRAMMAR OF THE TAMIL LANGUAGE IN BOTH ITS DIALECTS, with the Native Authorities. Price Four Rupees. *American Mission Press*, Madras.

Shortly will be published.

A TAMIL PROSE READING BOOK IN FIVE PARTS, adapted to the Hand-book. *American Mission Press*, Madras.